బ్రేకింగ్ న్యూస్
దేశరాజు కథలు

Desaraju Ravi Kumar, popularly known as DESARAJU, was born on 26th July maternal home in Bhimavaram, West Godavari district, and spent his childhood in Kapileswarapuram, his father's village, East Godavari District. He pursued his education on the banks of river Nagavali at Srikakulam, he was a graduate in commerce but opted for journalism as his profession. He has been working in print and electronic media at various levels.

He dreams about poetry, shifted, and settled here in Hyderabad in 1995. He has two poetry anthologies to his credit, Oke Oka Samoohika Swapnaavishkarana (2000) and Durgapuram Road (2019), with a remarkable place and applause in Telugu literature. His poems are translated to Kannada and English and published in various dailies, magazines, and websites. He has received prestigious awards too. This book 'Breaking News' is the first anthology of short stories. Almost all the stories bagged prizes in competitions of contemporary magazines and organizations.

బ్రేకింగ్ న్యూస్

దేశరాజు
కథలు

BREAKING NEWS

DESARAJU

Collection of Short Stories
2-20-3/L-702, Apurupa Srinivas Heights,
Adarsh Nagar, Chiluka Nagar Main Road, Uppal, Hyderabad - 500 039.
Mobile: 99486 80009/91105 69542
Email: poetdesaraju@gmail.com;   Blog: poetdesaraju.wordpress.com

© Author

First Edition: November 2021
Copies: 500

Publication No.: CRC-44

ISBN No.: 978-93-92968-10-5

Published by
Chaaya Resources Centre
8-3-677/23, 202, KSR Granduer
Sri Krishna Devaraya Nagar
Yellareddyguda, Hyderabad-500073.
Phone: 040-2374 2711,   Mobile: +91 98480 23384
Email: Chaayaresourcescentre@gmail.com

Inner Illustrations
Satya Birudaraju

Cover Design
Kranthi

Book Design
Akshara Creators
Ph.: 99496 56668; Email: sakshara@gmail.com

For Copies
All leading book stores in
https:/amzn.to/3xPaeId
bit.ly/chaayabooks

Sole Distribution
Navodaya Book House, Kachiguda, Hyderabad
040-24652387, 9000413413; www.telugubooks.in

మిట్నాల కృష్ణశర్మ

7 జులై 1939 - 20 నవంబర్ 2020

కృష్ణం వందే జగద్గురుమ్!

'హే కృష్ణా' అని చేతులెత్తి వేడుకుంటే తప్ప ఆ భగవంతుడు కూడా కాపాడటానికి ముందుకు రాడంటారు. కానీ, 'కృష్ణన్నా' అని పిలవకముందే కార్యక్షేత్రంలో దిగుతారాయన. బంధువర్గంలో ఎవరికైనా, ఏదైనా సమస్య వచ్చినప్పుడే కాదు, వారి జీవితంలోని ప్రతి మలుపులో ఆయన చేతి సాయమో, మాట సాయమో ఉండాల్సిందే. స్నేహితులు, సహోద్యోగులు, పరిచయస్తులకు సైతం ఆర్థిక, హార్థిక అండదండలందించడం ఆయనకు అలవాటు. ఆయన ఎవరి గురించీ ఒక్క పొల్లు మాట మాట్లాడరు. ఎవరెన్ని పుల్లవిరుపు మాటలు మాట్లాడినా చిరునవ్వుతో 'ఊ' కొట్టి... ఆ చెవితో వదిలేస్తారు. తనను నొప్పించినా.. తాను మాత్రం ఎవరినీ నొప్పించరు.

నంద్యాల నుంచి నడక మొదలెడితే; చదువు, ఉద్యోగం, వివాహం ఆయన్ని చెన్నై మీదుగా హైదరాబాద్ చేర్చాయి. తన భుజాలే ఆసరాగా చిన్న కూతురును జీవితంలో నిటారుగా నిలబెట్టి, గర్వంగా చిగురుతొడిగిన అసామాన్య మధ్య తరగతి మందహాసం ఆయన. అలసట ఆశ్చర్యపోయేలా ఎన్నెన్నో దూరాలు, మరెన్నో ప్రయాణాలు చేసీ, చేసీ.. 81వ ఏట చివరి మజిలీకి చేరువై... మంచాన పడినా, ముసిముసి నవ్వులు చెదరలేదు. మనుషులను గుర్తుపట్టడంలో తడబడినా మనసులో తడి ఆరిపోలేదు.

కానీ, గత ఏడాది దీపావళి తర్వాత ఆ ఇంటికి అమావాస్య మళ్లీ వస్తుందని ఎవరం ఊహించలేదు. వెనకడుగేసిన కరోనా రక్కసి దొంగచాటుగా దాడిచేసి ఆయన్ని నోట కరుచుకుపోతుందనుకోలేదు.

బంధుమిత్రుల శోకతప్త హృదయాల ముసురులో, కుండపోతగా కురిసే కన్నీటి వానలో సుదీర్ఘ జ్ఞాపకాల తలపోతలో సాగాల్సిన ఆయన చివరి ప్రయాణం.. కేవలం రెండు జతల కళ్ల సాక్షిగా అంబర్‌పేట విద్యుత్ స్మశాన వాటికలో చిటికెలో చితాభస్మంగా ముగిసింది.

మానవత్వం ఉన్నంత వరకూ మంచి మనుషులు గుర్తుండి తీరుతారు.

ఆయనా అంతే.

ఆయన సజీవ స్మృతులకు నివాళిగా..

కృష్ణాబాయిగారికీ
మోహన్‌బాబుగారికీ
సత్యా బిరుదురాజుగారికీ
అక్షర సీతగారికీ
క్రాంతిగారికీ

కృతజ్ఞతలు

హెడ్లైన్స్

1

డీహ్యూమనైజేషన్

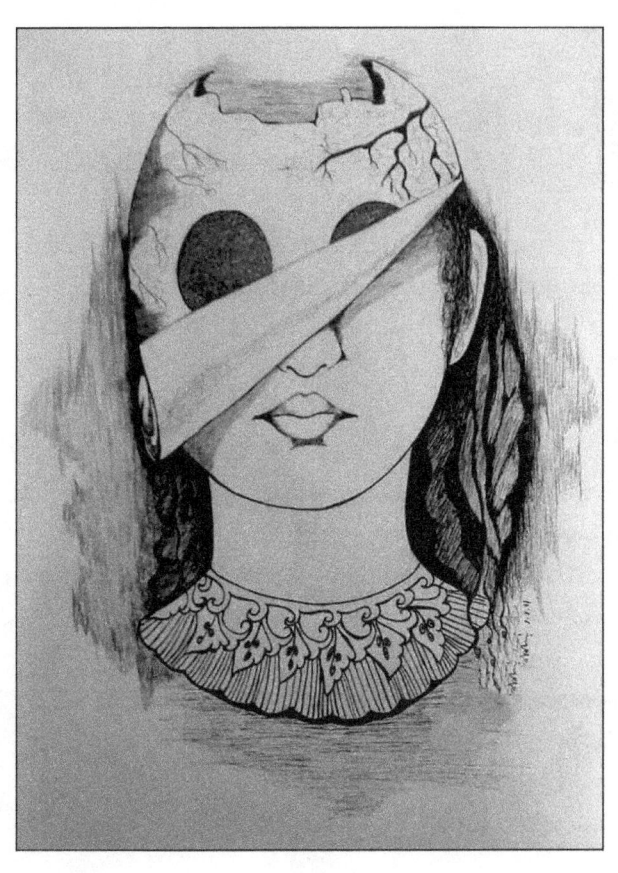

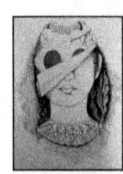

కాసేపట్లో సంచలన ప్రకటన చేయనున్న మోడీ.

వాచ్ 'మన్ కీ బాత్' అంటూ వాట్సప్ సందేశం.

అప్పటికే ఆలస్యమైంది. హడావిడిగా టీవీ పెట్టేసరికి బ్రేకింగు లకే కింగ్‌లాంటి న్యూస్. వెయ్యి, ఐదొందల నోట్లు చెల్లవంటూ ప్రకటన. టీవీ సౌండ్ విని వంటింట్లోంచి ఆమె కూడా వచ్చింది. లైన్ల వెంట ఇద్దరి కళ్లూ పరిగెడుతున్నాయి.

"బ్యాంకుల్లో మార్చుకోవచ్చన్నాడుగా ఫరవాలేదు. బోలెడంత టైం కూడా ఇచ్చాడు"

"మొన్ననే సర్జికల్ స్ట్రయిక్స్ అంటూ హడావిడి.. ఇంతలోనే ఇదేంటి? యూపీ ఎన్నికలకు ఇంకా టైముందనుకుంటగా.. అయినా, నా దగ్గర ముప్పయ్యో, నలభయ్యో వున్నాయ్ అంతే"

"ఫరవాలేదు, నా దగ్గర ఓ ఎనభై వరకూ వుంటాయి. ఈ నెల చాలామందికిచ్చేశాం కాబట్టి ఫరవాలేదు. ఎవరికైనా ఇవ్వడానికి తెచ్చినవి మీ దగ్గర వుంటే.."

"వున్నాయి, కరెంట్ బిల్లు, స్కూలు ఫీజు కట్టడానికి, ఖర్చులకని డ్రా చేసినవి"

"ఎన్నుంటాయి"

"ఇరవై అయిదో, ముప్పయ్యో"

"అన్ని వేలే"

"మరి, ఏటీఎమ్ ట్రాన్సాక్షన్స్ ఎక్కువైతే చార్జీలంటున్నారని.. ఒకేసారి డ్రా చేసుకొచ్చా. అయినా, అకౌంట్ లో వేసుకోవచ్చుగా.."

"రేపా పని చూడండి, లేదంటే అన్నీ వేస్ట్ అయిపోతాయి."

★ ★ ★

"నాల్రోజులవుతోంది, అవి డిపాజిట్ చేశారా"

"లేదు, ఎక్కడ చూసినా బోలెడంతమంది జనం. బ్యాంకుల దగ్గరే కాదు, ఏటీఎంల దగ్గర కూడా భారీగా వున్నాయ్ లైన్లు. వచ్చిన డబ్బు వచ్చినట్టే అయిపోతోంది. పదిమందైనా తీసుకుంటున్నారో.. లేదో.. అయినా, అంత టైమిచ్చినా అందరికీ ఈ హడావిడేంటో'

"బావుంది అందరూ మీలా నిమ్మకు నీరెత్తినట్టుంటారా? ఎవరి జాగ్రత్త వారిది"

"సరేలే, రేపో, ఎల్లుండో డిపాజిట్ చేసి, ఓ నాలుగు వేలు ఎక్సేంజ్ చేసుకొస్తా. మన డబ్బులు ఎక్కడికి పోతాయ్."

"అది సరేకానీ, మన సంగతేంటి?"

"ఏం సంగతి?"

"అదే.."

"ఊ.. దానికేం లోటుండకూడదు. పిల్లలు పడుకోవాలిగా"

"వాళ్లు పడుకుని చాలా సేపయ్యింది"

"సరే.. పదండి.."

"అపోజిషన్ వాళ్లు ఎందుకు గొడవ చేయట్లేదు. ఏదో బందూ అదీ అంటున్నారుగానీ, అంత సీరియస్‌గా ఏమీ వున్నట్టు లేరు. పెద్దలందరికీ ముందే ఇన్ఫర్మేషన్ వచ్చేసి వుంటుంది. లేకపోతే ఈపాటికి అంతా గగ్గోలు పెట్టేవారు కాదా?"

"ఇప్పుడా గొడవంతా ఎందుకు? ముందు మూడ్ లోకి వస్తే.."

"వస్తా.. మీకెప్పుడూ ఒకటే గొడవ. కొంచెం లావైనట్టు అనిపిస్తు న్నానా? ఈ నైటీయే అలా వుందంటారా?"

"చక్కనమ్మ చిక్కినా అందమే అని ఎవడో తెలివితక్కువ వాడు అనుంటాడు. లావైనా అందమేనని వాడికి తెలిసుండదు. నువ్వా నీవియా వదిలేసి లారియల్ లాంటివేవైనా వాడచ్చుగా.. బావుంటుంది."

"వాడాలి.. ఫేషియల్ కూడా చేయించుకోవాలి. ఎప్పటికప్పుడే వాయిదా పడుతోందనుకుంటుంటే.. ఇప్పుడీ నోట్ల గొడవొకటి. వాళ్ల దగ్గర కార్డుందో లేదో.. కనుక్కోవాలి."

"అన్నట్టు చెప్పడం మర్చిపోయా, నేనాఫీసుకెళ్లాక అమ్మ ఫోన్ చేసింది. నాన్న ఇచ్చినవాటిలోంచి మిగిలించుకున్నవి ఇరవై రెండు వేలున్నాయట. అందులో పదిహేడు వేలు మార్చాలట. పన్నెండో ఏమో వేలూ, మిగిలినవి ఐదొందళ్లూ.."

"మళ్లీ నీ నోట్ల గొడవ మొదలెట్టావా? ఇలాయితే, మూడే మొస్తుంది. నా మొహం.."

"సారీ, సారీ.. ఇక ఆ ఊసెత్తను లెండి. కాపురం మొదలెట్టి ఇరవై ఏళ్లు అవుతోంది. ఇంకా, మూడులూ..నాలుగులూ అంటే ఎలా?"

'ఉయ్యాలైనా.. జంపాలైనా..'

"మధ్యలో ఇదొకటి. ఇంత రాత్రి ఫోన్లేమిటి?"

"సార్.. పడుకున్నారా? నేను.."

"లేదు సార్.. చెప్పండి"

"మన కాలనీ చివర్లో పెద్ద కిరాణా కొట్టుంది కదా. దాని వెను కున్న ఏటీఎమ్ దగ్గరకు వచ్చేయండి. ఇప్పుడే లోడ్ చేయడానికి క్యాష్ వాళ్లు వచ్చారు."

"ఇప్పుడా.. సరే, అలాగే"

"అలాగే కాదు, అప్పుడే మన వాళ్లంతా వచ్చేసి లైన్ కట్టేస్తున్నారు. తొందరగా రండి లేదంటే డబ్బులైపోతాయ్"

"సరే.. సరే.."

"..గారని, ఆయన. ఏటీఎంలో డబ్బులు లోడ్ చేస్తున్నారట. రమ్మంటున్నాడు"

"మరి తొందరగా వెళ్లండి. ఓ రెండు వేలు వస్తే.. ఖర్చులకు పను కొస్తాయి. ఇప్పటికే ఆటో వాడి దగ్గర్నించి.. అందరికీ అరువు పెడుతున్నా".

"సరేలే.. ముందు.."

"కానివ్వండి మహానుభావా.. మీకు ఏ పని ముందో ఏది వెనుకో కూడా తెలీదు. చిన్నపిల్లాడిలా.."

"..తృప్తిగా లేదు"

"ఎందుకుంటుంది.. ప్రతిసారీ ఒకేలా వుంటుందా యేం? పోయి రండి ఏటీఎంకి. రేపెప్పుడో తీరుబాటుగా ఎంజాయ్ చేయొచ్చు. నేనెక్క డికీ పోను, మీరూ ఎక్కడికీ పోరు. వెళ్లేప్పుడు స్వెట్టర్ గానీ, షాల్‌గానీ తీసుకువెళ్లండి. టేబుల్ మీద అరటి పళ్లుంటాయి. రెండు తీసుకు వెళ్లండి. ఆయనకొకటిచ్చి, మీరొకటి తినొచ్చు".

★ ★ ★

"వచ్చారా.. ఇప్పుడా రావడం. ఎంతసేపైంది నేను ఫోన్ చేసి. చూడండి లైన్ ఎలా పెరిగిపోయిందో. ఇంకా క్యాష్ లోడ్ చేస్తున్నారు కదాని సిగరెట్ వెలిగించు కొచ్చేసరికి.. అప్పుడే పదిమంది చేరారు. ఏం చేస్తాం వాళ్ల వెనకే నిలబడ్డా".

"ఇది చూశారా, మా బావమరిది. వాళ్లింటి దగ్గర బ్యాంక్‌లో మొన్న ఐదొందల నోట్లు ఎక్ఛేంజ్ చేసుకుని రెండు వేల నోటు తీసుకున్నా డట. సెల్ఫీ దిగి ఫేస్‌బుక్ లో పెట్టాడు. ఇదిలా సెల్ఫీలు తీసుకోడానికి తప్ప ఎందుకూ పనికిరావడం లేదట. రెండు వేలకు చిల్లరిచ్చే వాడేడి. ఈ కలరూ అదీ కూడా చూశారూ, పిల్లలు ఆడుకునే బ్యాంక్‌గేమ్ లోని నోటులా వుంది".

"అదేంటి.. గొడవ. హలో.. మాష్టారూ.. ఏమైంది?"

"ఏమో, ఏడెమినిదిమందికి క్యాష్ వచ్చినట్టుంది. తర్వాత నుంచి డబ్బులు రావడంలేదట. అసలు కారణమేంటో ఎవరికి తెలుసు. సాఫ్ట్‌వేర్ ప్రాబ్లమో, ఏమో."

★ ★ ★

"ఏమైంది, డబ్బులొచ్చాయా?"

"అంటే.. నా ముందు వరకూ వచ్చాయి. ఇంతలో.."

"మీ వల్ల ఏ పనీ కాదు, ఫోన్ వచ్చిన వెంటనే వెళ్లుంటే.."

"ఆయనకీ దొరకలేదు"

"దొందూ.. దొందేనన్నమాట. ఖర్మ.. పోయి పడుకోండి... తృప్తిగా"

★ ★ ★

కిడ్డీ బ్యాంకులు ఓపెన్ చేసిందామె.

మన పిల్లలు బాగానే దాచారు. ఈ కాయిన్స్ అన్నీ కలిపితే నాలుగువేలైనా వుంటాయి. ఇవన్నీ నేను లెక్కబెట్టా.. పద్దెమిదొందలు న్నాయి. మిగిలినవి మీరు లెక్కబెట్టి చూడండి. నోట్లు ఇచ్చేట్టయితే ఏ షాపువాడికో ఇచ్చి తీసుకురండి. లేదంటే, ఓ కవర్‌లో ఈ చిల్లర పోసుకుని పోతా. ఆటోవాడికీ, కూరలవాడికీ కూడా చిల్లరే ఇస్తా".

"అంత చిల్లరేం మోసుకుపోతావులే. నోట్లు తీసుకొస్తా".

ఇంతలో అమ్మ వచ్చింది.

"అయితే, ఆఖరుకు పిల్లల డబ్బులకి రెక్కలొచ్చాయన్నమాట"

"ఆఁ లేకపోతే చిల్లరెక్కడ దొరుకుతోంది గనుక. పిల్లలకేమైనా సంపాదన ఏడిసిందా? మీ అబ్బాయో, నేనో ఇచ్చినవేగా ఇవన్నీ.."

"అన్నట్టు చెప్పడం మరిచిపోయారా, ఇక్కడ దింపినప్పుడు నీ తమ్ముడు ఓ వెయ్యి చేతిలో పెట్టాడు. 'ఏమైనా కోనుక్కో అమ్మా' అని. ఆ మధ్యెప్పుడో ఓ అయిదొందలు మార్చి యాపిల్స్ కొనుక్కున్నా. ఇంకో అయిదొందల నోటుండిపోయింది. నీ వాటితోపాటు ఇది కూడా మార్చి పెడుదూ".

"ఇవాళ అసలు కుదరదు. ఆఫీసులో బిజీ. ప్రతి వాడూ ఏటీఎమ్‌కు వెళ్లాలనీ, బ్యాంకుకు వెళ్లాలనీ తిరుగుతున్నారు. ఎక్కడ పని అక్కడే వుంటోంది. ఇక నేను కూడా తిరుగుతూ కూర్చుంటే.. రేపు మొహం వాచేట్లు చివాట్లు తినాలి".

"అయినా, అందరికీ రెండు వేల కంటే ఎక్కువ ఎక్ఛేంజ్ చేయడం లేదు. నువ్వే కాస్త ఓపిక చేసుకో.. అది ఆఫీసుకు వెళ్లేప్పుడు బ్యాంక్ దగ్గర దింపేస్తుంది. నీ దగ్గర ఒకటే వుందన్నావుగా, ఆమె దగ్గర నుంచి ఇంకో మూడునోట్లు తీసుకో. ఎంత లేటైనా టూ, త్రీ అవర్స్ కంటే ఎక్కువ పట్టదు.భోజనం టైముకు ఇంటికి వచ్చేయొచ్చు. కాస్త లేటైనా నువ్వేం హైరాన పడకు. ఏదో పనుందని ఆమె సాయంత్రం పెందరాలే వస్తోంది. రాత్రికి వంట సంగతి చూసుకుంటుంది. సరేనా.."

★ ★ ★

పెద్దావిడ లైన్‌లో నుంచుంది. మాటలు కలిశాయి. ఎవరో చెబుతున్నారు.

"అసలు మన వాడిది హనుమంతుడి అంశ అటండీ. ఆయన ఎలాగైతే ఒక్కడే లంక దహనం చేసుకుని చక్కగా తిరిగొచ్చేశాడో, ఈయన కూడా దగ్గరుండి మన సైనికులను ఆ దేశం మీదకు పంపి.. ఆ పళంగా అక్కడున్న వెధవలందరినీ చంపించేసి.. మన వాళ్ల మీద ఈగ కూడా వాలకుండా దేశంలోకి వచ్చేసేలా చేశాడట".

"టీవీలో ఎవరో పెద్దాయన చెబుతుంటే నేను కూడా విన్నాలెండి".

వీరిలా మాటల్లో ఉండగానే హడావిడి మొదలైంది.

'రెండు వేల నోటుకు చిల్లర దొరకడం లేదు. ఐదొందల నోట్లు వచ్చాయని టీవీల్లో చెబుతున్నా ఎందుకివ్వడం లేదం'టూ గొడవ. కమీషన్ల కోసం బ్యాంకు వాళ్లు కక్కుర్తి పడుతున్నారని అరుపులు. పోలీసులు కూడా వచ్చారు. కర్రలకు పని చెప్పారు.

★ ★ ★

"ఏవో అనుకున్నాం కానండీ.. మొత్తానికి మొండిఘటం అని నిరూపించుకున్నారు మీ అమ్మగారు. నేనొచ్చేసరికి విజయగర్వంతో రెండు వేల నోటు పట్టుకునొచ్చారు. బ్యాంకు దగ్గర చాలా గొడవైందట. బాగా తోసుకున్నారట. ఈవిడ కిందపడితే.. అక్కడి వాళ్లు గబుక్కున లేపి నిలబెట్టారట. 'లేకపోతే, ఈపాటికీ నన్ను

పీచుపీచుగా తొక్కే సుందురే' అన్నారు. ఆయాసంగా వుందంటే సరేని, కాసేపు నడుం వాల్చమన్నా".

"రాత్రికి దొండకాయ కూర చేస్తున్నా. మార్కెట్లో చూశారా? కూరల ధరలన్నీ భలే తగ్గిపోయాయి. కొనేవాడే లేడు. ఇంతకుముందు ఏరుకోడానికి కూడా ఖాళీ వుండేది కాదు. ఇవాళైతే ప్రశాంతంగా వుంది. కుళ్లిపోతాయనుకున్నారో ఏమో చవగ్గా అమ్మేస్తున్నారు"

"దొండకాయ కూరైతే మేం తినం. ఎప్పుడూ దొండకాయీ, వంకేయేనా? ఏదైనా వెరైటీగా చేయొచ్చుగా" -పిల్లల గోల.

"వెరైటీగా అంటే ఏముంటుందర్రా.. టీవీల్లోనూ, యూట్యూబ్ ల్లోనూ చూసినవన్నీ చేయమంటే నా వల్ల కాదు"

"రాత్రికి దొండకాయ కూర తినాలంటే ఓ షరతు.. ఇప్పుడు పానీపూరీ తిననియ్యాలి".

"కుదరదు.. ఇప్పుడు పానీపూరీలు, చాట్‌లు తిని, రాత్రికి ఆకల్లేదని చేసిందంతా నాకు తలంటుతారు"

పిల్లలు కదా, వినలేదు. ఆమె సరే అంది.

"కాకపోతే.. ఓ పని చేయండి. పానీపూరీ బదులు సబ్ వేగానీ, పిజ్జాగానీ తెప్పించుకోండి. దొండకాయ కూర పొద్దన్న చేస్తా. ఇప్పటికి మేం పెద్దవాళ్లం ఏదో పచ్చడేసుకుని తింటాం."

"అదేంటి.. ఇరవైకో, ముప్పయ్‌కో అయిపోయేదానికి, ఏకంగా వందలు తగలేస్తున్నావ్"

"నేనేం చేసినా మీకు తగలేసినట్టే వుంటుంది. వున్న చిల్లర కాస్తా, పానీపూరీ వాడి మొహాన కొడితే.. రేపేదైనా అవసరమొస్తే ఏం చేస్తారు?"

"ఓహో, సబ్ వే, పిజ్జాలు ఫ్రీగా వస్తాయన్నమాట. చిల్లర అవసరం లేకుండా"

"మీ మట్టిబుర్రకు ఏదీ వెలిగి చావదు. వాటికైతే ఆన్‌లైన్‌లోనో, పేటీయంలోనో గీకొచ్చు. వందలు వందలు చిల్లర తెచ్చివ్వక్కర్లేదు".

"హోం డెలివరీ తెప్పించుకుంటూ కార్డేలా గీకుతావ్"

"మీరు కాస్త ఆపుతారా, ఏదో పొరపాటున అన్నా. గీకకపోతే ఆన్‌లైన్‌లో ఆర్డర్ చేస్తాం లేదంటే పేటీయమ్‌లో ట్రాన్స్‌ఫర్ చేస్తాం. మీరు నా మాటలకు ఈకలు పీకడం మాని, వెళ్లి ఏదో ఒకటి కొని.. ఆ రెండు వేలు మార్చుకు రండి".

★ ★ ★

"ఏవండీ ఎక్కడున్నారు? చిల్లరలేకపోతే పీడా పోయే. తొందరగా ఇంటికి రండి. ఇక్కడ కొంపలంటుకున్నాయ్"

కొంపలంటుకోవడం వెనుక విషయమేంటో చెల్లెలికి చెప్పింది. సిటీలోనే వుండే చెల్లెలు ఉబర్ కట్టుకుని వాలింది. గంటన్నరకి ఈసురో మంటూ ఆయనొచ్చాడు.

"చిల్లరకోసం అక్కడక్కడా తిరిగేసరికి పెట్రోల్ అయిపోయింది. బంక్‌వాడు కూడా పోయించుకుంటే రెండువేలకీ పోయించుకోవాల్సిందే, చిల్లర లేదన్నాడు. నా బండిలో రెండు వేల పెట్రోల్ ఎక్కడ పడుతుంది. క్రెడిట్ కార్డు పని చేయలేదు. డెబిట్ కార్డు గీకితే.. నెట్‌వర్క్‌లు బిజీ కదా, ఓటీపీ రాదు. చివరకెలాగో పని కానిచ్చేసరికి ఈ టైమ్ అయింది".

"ఇప్పుడు మిమ్మల్ని ఆ వివరాలన్నీ ఎవరడిగారు. తొందరగా ఇటు రండి. మీ అమ్మగారికి ఏం బాగున్నట్టు లేదు. ఓసారి డాక్టర్‌కు ఫోన్ చేయండి".

"ఏమైంది"

"ముందు ఫోన్ చేయమన్నానా"

"ఇందాక చపాతీలు చేసుకుని, మీ అమ్మగారికి ఇష్టం కదాని చింతకాయ పచ్చడిలో పోపు పెట్టి.. వేసుకుని వెళ్లా. 'అత్తయ్యగారూ టిఫిన్' అంటే.. ఓ ఉలుకూ లేదూ, పలుకూ లేదు. నాకెందుకో భయ మేసి దానికి ఫోన్‌చేశా. ఇద్దరం పిలిచాం, కానీ, పెద్దావిడలో కదలికేలేదు"

డాక్టర్ వచ్చాడు

"నిన్నంతా బ్యాంక్ దగ్గర లైన్‌లో నిలబడింది. ఇంటికొచ్చి నప్పుడు బానే వుందట. కాస్త ఆయాసం వస్తోందని పడుకుంది. తీరా సాయంత్రం చూసేసరికి..

డాక్టర్‌కు ఆయన వివరించాడు. డాక్టర్‌కు అర్థమయ్యింది. పెద్దావిడ వెళ్లిపోయిందని తేల్చేశాడు.

ఆడవాళ్లిద్దరిలోనూ దు:ఖం పెల్లుబికింది. బిగ్గరగానే ఏడ్చారు. అంతలోనే పక్క ఫ్లాట్లవారికి వినపడకుండా సర్దుకున్నారు. మెయిన్ డోర్ దగ్గరగా వేసి పెద్దావిడని గదిలోంచి హాలులోకి మార్చారు. కావాల్సిన వాళ్లందరికీ ఫోన్‌లు వెళుతున్నాయ్.

"ఏదో హార్టెటాక్ అని చెప్పండి. అంతేగానీ, బ్యాంక్ దగ్గర నిలబడిందనీ, కిందపడిందనీ అందరికీ చెప్పకండి. ఆర్చేవాళ్లు, తీర్చే వాళ్లు లేరుగానీ.. ప్రతి ఒక్కళ్లూ నన్నాడిపోసుకుంటారు. మీకే చెబు తున్నా.. అర్థమయ్యిందా"

అయ్యిందన్నట్టు ఆయన తలూపాడు. పెద్దల ఏడుపు చూసి కాసేపు ఏడ్చిన పిల్లలు గప్ చిప్‌గా బెడ్ రూంలో దూరారు. బంధువుల పరామర్శలకు సమాధానాలు చెబుతూ ఆయన సోఫాలోనే ఒరిగాడు.

★ ★ ★

"ఏమే.. పడుకున్నావా?"

"లేదు, ఆవిడని అక్కడ పెట్టుకుని ఎలా నిద్ర పడుతుంది. పాపం ఆవిడని పంపకుండా వుంటే బావుండేది. ఇంకో నాలుగేళ్లు హాయిగా గడిపేసేది."

"పాపం సంగతి అలా వుంచు. నీ దగ్గర బంగారం ఏపాటి వుంది"

"నీకు తెలియని బంగారం నా దగ్గర ఏముందే"

"లేదులేగానీ, ఇప్పుడు బంగారం మీద కన్నేసారట. అరకేజీ కంటే ఎక్కువుంటే రశీదులవీ చూపించి, టాక్సులు కట్టాలిట"

"మన దగ్గర అంతెందుకుంటుందే"

"ఎంతుందో ఎప్పుడు చూశాం. ధన త్రయోదశనీ, ధంతేరాస్ అనీ, దీపావళనీ, శ్రావణ శుక్రవారం అనీ, ఇంకేదో అనీ.. అంత పిసరో, ఇంత పిసరో కొంటూనే వుంటాంగా... మనకీ ఆడపిల్లలున్నారు కాబట్టి"

"అవుననుకో అంతా కలుపుకుంటే ఎంతవుతుందే, మహా అయితే.."

"అన్నీ పక్కనబెట్టు. ఇప్పుడున్నది సరే, రేపెప్పుడైనా మళ్లీ కొనుక్కోమా? వాళ్లెప్పుడొచ్చి అడుగుతారో లెక్కలు.. ఎవరు చూడొచ్చారు. తక్కెడులూ, తాళ్లు పట్టుకొచ్చి అంతుంది, ఇంతుంది.. కక్కమంటే ఏం చేస్తాం. నువ్వేమో వెర్రిబాగుల దానివి.. బావగారేం పట్టనట్టే వుంటారు. అన్నానని అనుకోకు. ఇప్పుడో అవకాశం వచ్చింది కదాని.."

"ఏంటది?"

"వారసత్వంగా వచ్చినదానికి లెక్క చెప్పక్కర్లేదన్నారు. కాకపోతే వారసత్వంగా వచ్చిందని సాక్ష్యాలు కావాలి, అంతే"

"అయితే.."

"ఏమీ లేదు.. మరోలా అనుకోకు, నీ దగ్గర వున్న పెద్ద నెక్లెస్, పదో పెళ్లిరోజుకు కొనుక్కున్నావ్ చూడు.. రాళ్ల గాజులు అవీ, ఇంకా ఒకటో రెండో గొలుసులు మీ అత్తగారి మెడలో కాసేపు అలా పెట్టి.." అంటూ

"అలా భయంగా చూస్తావేమే? నీ నగలు పెట్టగానే మీ అత్తగారు లేచి కూర్చుని, పట్టుకుపోతుందేమోనని భయమా?"

"ఆయనేమంటారో అని.."

"ఏమీ అనరు, కావాలంటే నేను కూడా చెబుతాలే బావగారికి. ఆ నగలు వేసి ఆయన దగ్గరున్న సెల్‌ఫోన్‌తో ఫొటోలు తీసి జాగ్రత్త పెట్టమను. ఫొటోలు తీయడం అయిపోయిన వెంటనే నీ నగలు తీసి బీరువాలో పెట్టుకుందువుగాని. తెల్లారితే మళ్లీ అందరూ వచ్చేస్తారు"

"ఆయనతో ఓ మాట అని చూస్తా.."

"ఏమీ వద్దు, ముందు నీ నగలు బయటకు తియ్యి. కామ్‌గా వెళ్లి గాజులు తొడుగు, నెక్లెస్‌లూ అవీ అలా పెడితే చాలు. తర్వాత మీ ఆయన్నొచ్చి పనికానియ్యమందాం"

అనుకున్నంత పనీ చేశారిద్దరూ.

ఆయనొచ్చి అమ్మ వైపు చూశాడు.

ఆమె మృతదేహంలా లేదు, మహాలక్ష్మిలా ఉంది.

16 డిసెంబర్ 2016

సారంగ.కామ్

2

టపటపలాడుతున్న రెక్కలు

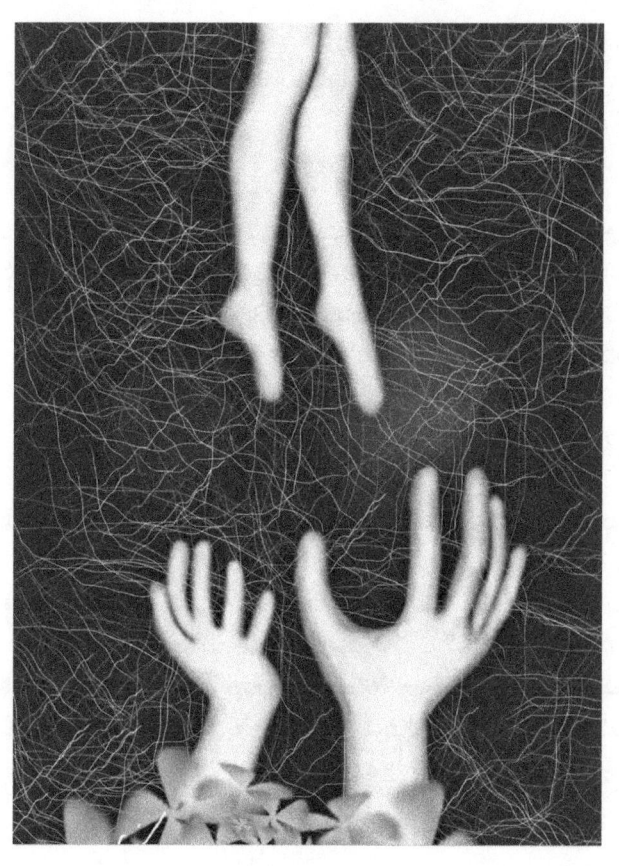

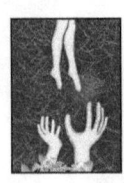

‘టప్..టప్’మంటూ ఏదో దొర్లిన చప్పుడు.

అప్పటికింకా ఎండాకాలం రాలేదు, కానీ ఎండ మండిపోతోంది. వేయించిన ఇసుక రజను తాకుతున్నట్టు శరీరమంతా సెగపుడుతోంది. పైన తిరుగుతున్న ఫ్యాన్.. వేడిని ఏమాత్రం తగ్గించలేకపోతోంది. అలసిన శరీరం ఇవేమీ పట్టనట్టు నిద్రకు మెలకువకు మధ్య కొట్టుకులాడుతోంది.

ఇంతలో మళ్లీ మొదలు-‘టప్పు టప్పూ’మంటూ చప్పుడు.

వద్దు వద్దనుకుంటున్నా, ఆ చప్పుడు అతని చెవిలోకి బలవంతంగా చొరబడి చిరాకు పెడుతోంది. ఒక్క ఉదుటున లేచి ఆ చప్పుడు చేస్తున్న వాళ్లని ఏ బండారాయితోనో మోది చంపేయాలనుకున్నాడు. కానీ, మెదడు ఇచ్చిన ఆదేశాలను శరీరం ఖాతరు చేయలేదు.

కానీ, బండరాయితో మోది చంపాలనుకోవడం-అందులోను తను.. అసలు, అలా అనుకున్నందుకే గిల్టీగా ఫీలయ్యాడు. బండారాయి అన్న మాటతోపాటే ఇటీవలి ఘటనలు గుర్తొచ్చాయి. అత్యాచారాలు, హత్యలు.. ‘ఎంత కిరాతకం’ అనుకున్నాడు.

‘వెంటనే కూతురు గుర్తొచ్చింది. బంగారు తల్లి.. ఎలా వుందో?’ అనుకున్నాడు. అనుకోవడంతోనే మూసుకున్న కళ్ల వెనుక కూతురు ప్రత్యక్షమైంది. అలా కూతుర్ని చూసిన సంతోషంలో నిద్రలోనే చిన్నగా నవ్వుకున్నాడు.

ఆ చిరునవ్వును చెదరగొడుతూ మళ్లీ 'టప్పూటప్పూ' చప్పుడు.

ఈసారి విసుక్కోలేదు. ఇంక నిద్రపోవడం తన వల్ల కాదని మాత్రం అర్థం చేసుకున్నాడు. టైమ్ చూశాడు .. నాలుగవుతోంది.

పిల్లలు స్కూళ్ల నుంచి తిరిగొచ్చే వేళ. 'స్కూల్లోనే వుంటే నా కూతురు కూడా ఇదే సమయానికి తిరిగొచ్చేది' అనుకుంటూ కిచెన్‌లోకి నడిచాడు.

పొద్దుటి టీ డికాషన్‌ను ఒక బర్నర్ మీద, పాలు మరో బర్నర్ మీద పెట్టాడు. నలుపు, తెలుపులో వున్న ఆ రెండింటినీ చూస్తుంటే కూతురు కళ్లలోకి కాదు, మనసులోకి చూస్తున్నట్టు అనిపించింది. వెంటనే శబ్దం వచ్చేలా బయటికే నవ్వేశాడు. తాను మరీ ఎక్కువగా ఆలోచిస్తున్నానేమో అనుకున్నాడు. నలుపు, తెలుపులు రెండు కలగలిపి.. ఛాయ్ గ్లాస్ తీసుకుని హాల్లోకి వచ్చి కూర్చున్నాడు. 'నా కూతురు కూడా మంచి చెడులను ఇలాగే సమన్వయం చేసుకుని ముందుకు పోగలదా? అయినా, అసలు దాని వయసెంతని?'

అతని ఆలోచనల్ని చెదరగొడుతూ మళ్లీ 'టప్.. టప్'మంటూ ఏదో దొర్లుతున్న శబ్దం. ఆ చప్పుడేంటో చూద్దామని సోఫాలోంచి లేచాడు.

ఇంతలో కాలింగ్ బెల్ మోగింది. తలుపు తీస్తే.. ఎదురుగా ఆమె.

సినిమాల్లో హీరోలు, విలన్‌లు ఎంటరయ్యేప్పుడు మొత్తం మనిషిని చూపించకుండా; ముందు కాళ్లో, చేతులో చూపిస్తారు కదా. అలా మొదట ఆమె చున్నీ.. సోఫాలోకి ఎగిరిపడింది. తర్వాత హెల్మెట్ తీసింది. అది కూడా విసిరేస్తుందేమోనని... హడావిడిగా అందుకున్నాడు. 'ఉస్..'అంటూ గాలి వదిలి, శాంతించిన దానిలా నెమ్మదిగా కళ్లజోడు తీసి డైనింగ్ టేబుల్ పైన పెట్టి వాష్ రూంలోకి వెళ్లిపోయింది.

'రాక్షసి' అనుకుంటూ కూతురు మంచి పేరే పెట్టిందని నవ్వుకున్నాడు. కూతురు వుంటే ఇంట్లో ఎప్పుడూ ఓ సెలయేరు వంపులు తీసి పారుతున్నట్టుండేది. కొన్నిసార్లు సముద్ర కెరటాల్లా ఎగసిపడేది. గలగలమనేది, గోల చేసేది. కూతురు వెళ్లిపోయిన దగ్గర్నించి ఇల్లంతా సమ్మర్ హాలీడేస్‌లో ఖాళీ అయిపోయిన సిటీ రోడ్డులా ఉంది.

టీవీ పెడదామని వెళుతూ పుస్తకాల అల్మారా దగ్గర ఆగాడు. వైట్ టైగర్, నేమ్ సేక్.. కూతురు అవలీలగా చదివిపడేసిన పుస్తకాలు.షిడ్నీ షెల్డన్, డాన్ బ్రౌన్ అయితే.. ఏదీ వదిలి పెట్టి వుండదేమో. కానీ, తెలుగు పుస్తకాలు ముట్టుకునేది కాదు-లాంగ్వేజ్

ప్రాబ్లమ్. కూతురు చదివిన పుస్తకాలను తడుముతూ, ఓ పుస్తకాన్ని బయటకు తీశాడు. అది శివ్ ఖెరా లివింగ్ విత్ ఆనర్'.

'గౌరవంగా బతకడం అంటే ఏంటి డాడీ?' కూతురు అడిగిన ప్రశ్న మళ్లీ గుర్తుకొచ్చింది.

అతడేమీ సమాధానం చెప్పలేదు. బహుశా, ఆ పిల్లకూడా సమా ధానం ఆశించి వుండదు.

ఆ పుస్తకాన్ని మళ్లీ అల్మారాలో పెట్టేసి, టీవీ ఆన్ చేశాడు.

గోలగోలగా వుంది. యాంకర్ గట్టిగా అరుస్తోంది. 'మరో విద్యార్థి ఆత్మహత్య'.

తడబడుతూ రిమోట్ అందుకుని, ఆదుర్దాగా సౌండ్ పెంచాడు.

'తల్లిదండ్రుల అత్యాశకు, కాలేజీ యాజమాన్యం వ్యవహరిస్తున్న తీరుకు మరో చిన్నారి రాలిపోయింది. ఒత్తిడిని తట్టుకోలేకపోతున్నానని, బాగా చదువుకుని గొప్పదాన్ని కావాలన్న తల్లిదండ్రుల కోరిక తీర్చలేకపోతున్నందుకు క్షమించమని కోరుతూ సూసైడ్ నోట్ రాసి ఆ విద్యార్థిని ఆత్మహత్యకు పాల్పడినట్టు తెలుస్తోంది. మరిన్ని వివరాలు కాలేజీ దగ్గర నుంచి మా ప్రతినిధి..'

ఎవరికైనా, మామూలు సందర్భాల్లో టీవీలో వచ్చే మొత్తం దృశ్యం అంతా ఒకేసారి కనిపిస్తుంది. కానీ అతడికి మాత్రం టీవీ స్క్రీన్ అంతా డబ్బాలుడబ్బాలుగా విడిపోయి, కిందాపైనా మెరిసి మాయమయ్యే అక్షరాలతో కలగాపులగంగా ఉంది. ఒక డబ్బాలో యాంకర్, మరో దానిలో రిపోర్టర్, ఇంకో పక్క సూసైడ్ లెటర్.. అన్నీ దేనికవే విడివిడిగా కనిపిస్తున్నాయతడికి. సూసైడ్ లెటర్‌నే పట్టిపట్టి చూస్తున్నాడతడు.

ఆ రైటింగ్‌ను పోల్చుకోవాలని ఆదుర్దాగా ఉందతడికి.

ఇంతలో బయటి నుంచి 'టప్.. టప్..' మనే శబ్దం మళ్లీ విని పించింది. ఏదో సన్న జీవం బతుకు కోసం చివరి ప్రయత్నం చేస్తున్నట్టని పించింది.

అంత కంగారులోనూ.. ఆ శబ్దం వస్తున్న బాల్కనీ వైపు వెళ్లబోయా డతను.

ఇంతలో ఆమె ఫ్రెష్ అయి వచ్చింది. వస్తూనే "నాకు వినిపిస్తోందిలే గాని, కాస్త సౌండ్ తగ్గించు. మనం కంగారుపడుతున్నామని ఊరంతా తెలియాలా" అంటూ రిమోట్ లాక్కుని సౌండ్ తగ్గించింది.

"దాని పోలికలు నీవైనా, బుద్ధులు మాత్రం నావే. అదేమీ ఇలాంటి పిచ్చి పనులు చేయదు. నువ్వూరికే కంగారుపడిపోకు. నేను చెబుతున్నా కదా, భయపడకు"అని..

"కాఫీయా, ఛాయా?" అంది.

అతడు పలకలేదు. పలక్కూడదని కాదు. నోరు తెరిచాడుగానీ, ఏ శబ్దమూ బయటకు రాలేదు. తన శరీరంలో వచ్చిన మార్పు అతడికి తెలుస్తూనే ఉంది.

ఆమె ఛాయ్ తెచ్చుకొని వచ్చి పక్కన కూర్చుంది. అడ్వర్‌టైజ్‌మెంట్స్ వస్తూండ టంతో టీవీ మ్యూట్‌లో పెట్టాడతను.

ఇద్దరూ నిశ్శబ్దంగా ఛాయ్ తాగుతున్నారు.

ఆమె నెమ్మదిగా ప్రారంభించింది. "నువ్వేమీ చిన్నపిల్లాడివి కాదు. కాస్త కంట్రోల్ చేసుకోవడం అలవాటు చేసుకో"అని..

ఎందుకో టీపాయ్ మీద, కిందన వున్న పేపర్లను వెతుకుతోంది.

'ఏంటి వెతుకుతున్నావ్' అని అడగబోయాడు. అడగలేదు. కానీ, అతడి చూపులోని ప్రశ్నను ఆమె పసిగట్టింది.

"నిన్నటి పేపర్లో అనుకుంట వచ్చింది.. ఎక్కడో కానిస్టేబుల్ ఉద్యోగాలు పడ్డా యట. వచ్చిన అప్లికేషన్స్ చూస్తే.. చాలామంది ఇంజినీరింగ్ చదివినవాళ్లు ఉన్నా రంట. బయట కన్‌స్ట్రక్షన్ సైట్స్‌లో కూడా ఐదు వేలకీ, పది వేలకీ బోలెడుమంది ఇంజినీర్లు పని చేస్తున్నా రని చాలాసార్లు విన్నాం.

అది బాగుపడుతుందనే కదా.. ఫీజు ఎక్కువైనా ఆ కాలేజీలో చేర్చింది. ఎలాగోలా అది ఎమ్మెస్ చేసేదాకా సపోర్ట్ చేశామనుకో; అప్పుడు తెలుస్తుంది దానికి.. ఇప్పుడు పడిన కష్టం విలువేంటో."

తనింకా ఏదో చెబుతోంది-ఎప్పుడూ చెప్పేదే. అతడు వినదలుచు కోలేదు. నైట్ డ్యూటీకి టైమ్ అవుతుండటంతో లేచి రెడీ అవుతున్నాడు. టీవీలో అడ్వర్‌టైజ్‌మెంట్స్ అయిపోయి మళ్లీ న్యూస్ ప్రారంభమైంది.

మ్యూట్ తీసి న్యూస్ విందామని.. రిమోట్ చేతిలోకి తీసుకుంది ఆమె. కానీ, తనకి ఆ వార్త పట్ల ఆసక్తి వున్నట్టు అతడికి తెలియడం ఆమెకెందుకో ఇబ్బందిగా అనిపించింది. అందుకని, మ్యూట్ అలాగే ఉంచి.. పైన కింద వచ్చే టెక్స్ట్ చదువు తోంది.

అతడు డ్రస్ వేసుకుని హాల్లోకి వచ్చి ల్యాప్‌టాప్ బాగ్ తీసుకుని భుజానికి వేసుకున్నాడు. కాస్త మెడ సాచి కిటికీలోంచి రోడ్డు మీదకు చూశాడు. క్యాబ్ వస్తూ కనిపించింది.

"అయినా, అక్కడికి అది నీ ఒక్కడికే కూతురైనట్టు అంత బెంగెట్టేసుకుంటా వెందుకు? నేను దానికి తల్లిని కాదా. ఈ వయసులో ఎవరికైనా ఎగురుతూ, తుళ్లుతూ వుండాలనే ఉంటుంది. ఆ ఎగురు బాటును కట్టడి చేసుకుంటేనే.. జీవితం బాగుపడేది" అంది ఆమె.

అతడు "ఓకే.. బాయ్" అన్నాడు, చాలా నెమ్మదిగా.

ఆమె నోరు తెరవకుండానే.. తల ఊపి ఊర్కుంది.

బయటకు వెళుతుండగా, బాల్కనీలోంచి 'టప్.. టప్..' మంటూ శబ్దం విని పించింది, చిన్నగా. పట్టించుకునే సమయం లేదు. హడావిడిగా వెళ్లిపోయాడు.

★ ★ ★

ఆమె ధైర్యం అతనికి తెలీనిది కాదు. బెలూన్లా భేషుగ్గా కనిపిస్తుంది. గోరు తగిలితే చాలు కన్నీరై ఒలికిపోతుంది. ఆఫీసకు చేరేలోగానే వాట్సప్ లో మెసేజ్.

'క్యాంటీన్‌లో ఏమైనా తిను. లేకపోతే నీరసం వస్తుంది. ఆరోగ్యం జాగ్రత్తగా చూసుకోవాలి కదా' అని.

ఆమె ఈ రాత్రికి ఏమీ తినదని అతనికి తెలుసు. అందుకే అతడు కూడా ఆమెకు సంఘీభావం ప్రకటించాడు.

★ ★ ★

మార్నింగ్ ఇంటికొచ్చేసరికి ఎనిమిదైపోయింది. ఆమె ఆఫీసుకు తయారైపోయింది.

"ముఖం కడుక్కుని రా, కాఫీ తాగుదాం" అంది.

ఇద్దరూ కాఫీ గ్లాసులతో సోఫాలో కూర్చున్నారు.

"నిన్న సూసైడ్ చేసుకున్న అమ్మాయి..?" అన్నాడు గొణిగినట్టుగా..

"తెలియలేదు. ఛానెళ్లవాళ్లు వేరే పొలిటికల్ న్యూస్‌లోకి వెళ్లిపోయారు. పేపర్లలో కూడా ఎక్కడా కనబడలేదు. బహుశా, లోకల్ పేజెస్‌లో ఏమైనా వేశారేమో.." అంది. "కాలేజీకి ఎన్నిసార్లు చేసినా.. అన్ని నెంబర్లూ ఎంగేజ్ వస్తున్నాయి. సరేలే.. రాత్రి ఏం తిన్నట్టు లేవు. టిఫిన్ వేడిగా వుంది. తొందరగా తినేసి.. పడుకో" అంటూ ఖాళీ గ్లాసులు తీసుకుని వెళ్లిపోయింది.

ఆమె ఏదో దాస్తున్నట్టు అనిపించిందతనికి.

కానీ, ఎలా అడగాలో అర్థంకాలేదు.

ఇంతలో ఆమె హ్యాండ్‌బ్యాగ్, స్కార్ఫ్, హెల్మెట్ తీసుకుని హడావిడిగా బయలుదేరింది.

వెళ్తూ.. గుమ్మం దగ్గర ఆగి ఓసారి అతడి ముఖంలోకి చూసింది.

"నీకు తెలీదని కాదుగానీ, ఓ మాట చెప్తా. అది ఆడపిల్ల. ఎప్పటికైనా అత్తారింటికి వెళ్లడం అనేది పాతమాటనుకో. రేపు క్యాంపస్ ప్లేస్‌మెంట్ వచ్చిందంటే.. యూఎస్‌కో, మరోచోటుకో అయినా, వెళ్లిపోక తప్పదుగా. నువ్విలా దిగులుపడుతూ కూర్చుంటే ఎలా? కాస్త, తొందరగా లేచి ఆ గడ్డం గీసుకుని.. ఫ్రెష్‌గా వుండు" అని పాత ఉపన్యాసాన్నే కాస్త మార్చి చెప్పింది.

'ఎక్కడో అక్కడ సంతోషంగా ఉందనే ఆనందం వేరు, అసలు లేదనే వాస్తవం వేరు' ఆమెతో అనలేదు, తనలో తనే అనుకున్నాడు.

ఆమె బండి తీస్తూ "అన్నట్టు మర్చిపోయా, నిన్న ఆ అమ్మాయి సూసైడ్‌తో ఏమైనా గొడవయ్యిందేమో. అందుకే హఠాత్తుగా సెలవులు ఇచ్చారుట. ఇందాకే కాలేజ్ నుంచి మెసేజ్ వచ్చింది" అంది.

అతను మరింత కన్‌ఫ్యూజన్‌లో పడ్డాడు. చేసేదేమీ లేక నెమ్మదిగా ఇంట్లోకి వెళ్లి తలుపులు వేసుకుని మంచంపై వాలాడు.

అలవాటైన నిశ్శబ్దం అతని చుట్టూ అలుముకుంది.

★ ★ ★

మొండిధైర్యంతో బింకంగా ఉండాలని ప్రయత్నిస్తున్నప్పటికీ, తెలియని భయమేదో.. అతడిని నిద్రకు దూరం చేస్తోంది.

'ఎవరా అమ్మాయి? తన కూతురు కాదా? ఏంటి గ్యారంటీ? ఎలా చెప్పగలం?' ఈ ఆలోచన రాగానే.. నిద్రలేని అతని కళ్లు మరింత ఎర్ర బారాయి. బద్ధకానికి బాధ కూడా తోడై ఒళ్లంతా బరువుగా అనిపించింది.

ఇంతలో సన్నగా ఎవరో పిలుస్తున్నట్టు ఏదో శబ్దం.

గబగబా లేచి బాల్కనీలోకి వెళ్లాడు.

బాల్కనీ చివర వాష్ ఏరియాలో, పనిమనిషి బట్టలు నానబెట్టుకునే ప్లాస్టిక్ టబ్ బోర్లా పడి, అటూఇటూ కదులుతూ శబ్దం చేస్తోంది. దగ్గరకు వెళ్లబోతూ గమనించాడు. దాని కింద పావురం చిక్కుకుంది. ఏ నీళ్ల కోసమో టబ్ అంచు మీద వాలినప్పుడు అది బోర్లా పడటంతో, పాపం ఆ పావురం దాని కింద చిక్కుపడిపోయి ఉంటుంది.

అప్పుడు గుర్తుకొచ్చింది. అది నిన్నటి నుంచి అలా దాని కిందే వుందన్న సంగతి. 'పాపం..' అనుకుంటూ గబగబా వెళ్లి టబ్ తీశాడు. పావురం నీరసంగా తలతిప్పి ఓసారి అతని వైపు చూసింది.

అతడికి తన కూతురే తనను చూసినట్టు అనిపించింది.

ఆ పావురం వెంటనే ఎగిరిపోలేదు.

చీకటి క్లాస్‌రూమ్స్, లాంగ్ స్టడీ అవర్స్ నుంచి ఒక్కసారి వెలుతురులోపడి కళ్లు బైర్లు కమ్మిన విద్యార్థిలా ఆ పావురం బేల చూపులు చూసింది.

'నిన్నటి నుంచి ఏమీ తినుండదు కదా. అందుకనే..' అనుకుంటూ ఓ కప్పులో కాసిని నీళ్లు తెచ్చిపెట్టాడు. అది నెమ్మదిగా కదిలి.. నీళ్లు తాగింది.

తన కూతురులా కాకుండా, ఆ పావురమైనా స్వేచ్ఛగా ఎగరాలను కున్నాడు.

అందుకే 'పో.. ఎగరవే. పో ఎగిరిపో' అంటూ చిన్నపిల్లాడిలా హడావిడి చేస్తూ.. దాని తలనీ, వీపునీ నెమ్మదిగా నిమురుతున్నాడు. తన కూతురుని తాకుతున్నట్టే సంబరపడుతున్నాడు.

దానికేమర్థమయ్యిందో, నెమ్మదిగా తల విదిలించుకుని.. ఓసారి రెక్కలు టపటపలాడించింది.

ఇంతలో కాలింగ్ బెల్ మోగింది.

10 జూన్ 2018
ఆదివారం ఆంధ్రజ్యోతి

3

ఫారమ్ కోడిపిల్ల

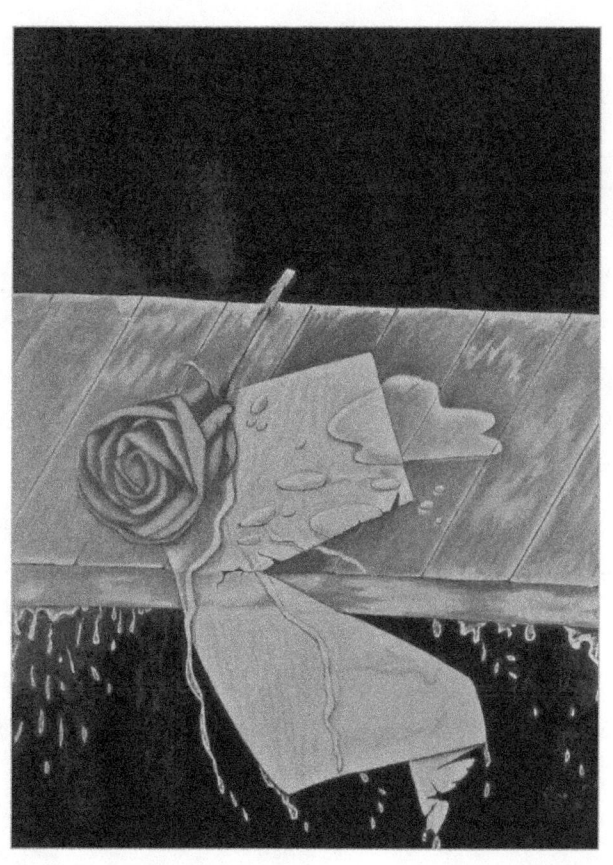

ఇలాంటి పరిస్థితి ఎదురవుతుందని ఆ అబ్బాయి అప్పటివరకూ ఊహించలేదు.

అప్పటికింకా సాయంత్రం ఆరు కూడా కాలేదు. కానీ, మబ్బులు కమ్మడం వల్ల చీకటిగా ఉంది. రోజూ కంటే కాస్త ముందే క్లాసులు అయిపోవడంతో పిల్లలంతా బిలబిలమంటూ బయటకు వచ్చారు. అంతే వేగంగా చాలామంది వెళ్లిపోయారు కూడా. అలా అందరూ వెళ్లిపోతుంటే ఆ అబ్బాయిలో ఆందోళన పెరుగుతోంది. క్లాసులు ముందే అయిపోవడంతో ఆటోలు ఆలస్యంగా రావడం, కారుల్లో తీసుకువెళ్లే అమ్మానాన్నలు రావడం ఆలస్యం కావడంతో అక్కడక్కడా మిగిలిన కొద్దిమందీ కూడా నెమ్మదిగా వెళ్లిపోయారు.

చుట్టూ చూస్తే ఆ అబ్బాయికి యూనిఫాంలో తానొక్కడే అక్కడ ఉన్నానని తెలిసే సరికి మరింత కంగారు పుట్టింది. కోచింగ్ సెంటర్ నుంచే డాడీకి ఫోన్ చేసి ‘క్లాస్ తొందరగా అయిపోయిందనీ, వచ్చి పికప్ చేసుకో’మని చెప్పాడు.

'ఒకవేళ డాడీ మర్చి పోయారా? డాడీ రాకపోతే ఏం చేయాలి?' కంగారుగా ఆలోచిస్తూ జేబులు తడుముకున్నాడు. కొంత చిల్లర తగిలింది. అది ఆటోకి సరిపోదుగానీ, బస్సు టికెట్‌కి సరిపోవచ్చని అనిపించింది.

'ఆ అవసరం రాదులే, డాడీ వస్తారు' అనుకుంటూనే పోయే బస్సుల వైపు దృష్టి సారించాడు. బస్సు నెంబర్లు చదువుతుంటే వాటి పక్కన ఎం, కె, ఐ అంటూ ఇంగ్లీషులో అక్షరాలుండటం గమనించాడు. ఆ పక్కన తెలుగులో రాసి ఉన్నవి కూడా చదివితే ఆ అక్షరాలెందుకో అర్థమయ్యేదే. కానీ, ఆ అబ్బాయికి తెలుగు చదవడం రాదు. అలా అని మొద్దేమీ కాదు. ఎప్పుడూ మొదటి పది ర్యాంకుల్లోనే ఉంటాడు. కాకపోతే, చిన్నప్పటి నుంచి ఇంగ్లీషు మీడియం అన్నమాట. ఒకప్పుడు తెలుగు మీడియం విద్యార్థి.. ఇంగ్లీషు మీడియం వాడిని చూసి చిన్నబుచ్చుకున్నట్టు; ఇప్పుడు ఆ ఇంగ్లీషు మీడియం అబ్బాయి తెలుగు చదవలేక బిక్కుబిక్కుమని నిలబడ్డాడు.

హ్యారీ పాట్టర్ దగ్గరున్నట్టు తన దగ్గర కూడా మ్యాజిక్ వ్యాండ్ ఉంటే ఎంత బాగుండును అనుకున్నాడు. 'స్పైడర్‌మన్‌లాగా వెబ్ వేసే అవకాశం ఉంటేనా..' అని కాసేపు చుట్టూ ఉన్న బిల్డింగ్‌లను చూస్తూ ఊహల్లో తేలాడు.

చుట్టూ వెలుగుతున్న లైట్లు వాడిని ఊహల్లోంచి బయటకు తెచ్చాయి. నీరసంగా రోడ్డు వైపు చూశాడు.. డాడీ కారు వస్తోందేమోనని. ట్రాఫిక్ విపరీతంగా ఉండటంతో ఏమీ కనిపించలేదు. మరోసారి ఫోన్ చేద్దామనిపించి జేబులోంచి సెల్ ఫోన్ బయటకు తీశాడు. డాడీ నుంచి రెండు మిస్డ్ కాల్స్ ఉన్నాయి.

'అబ్బా.. ఈ ట్రాఫిక్ గొడవలో వినబడలేదే' అనుకుంటుంటే బ్యాటరీ తక్కువ ఉన్నట్టు మెసేజ్ వచ్చింది. దాన్ని క్యాన్సిల్ చేసి వాట్సప్ ఓపెన్ చేశాడు. అనుకున్నట్టే డాడీ నుంచి మెసేజ్ ఉంది.

'డబ్బులుంటే ఆటోలో లేదంటే బస్సులో వెళ్లు. ట్రాఫిక్ ఎక్కువగా ఉండటంతో నాకు లేటయ్యేట్టుంది'అని మెసేజ్. అది చూడగానే వాడికి కోపంతో బుగ్గలు ఎరుపెక్కాయి. కళ్లలో నీళ్లు వచ్చాయి.

'డబ్బులే..'అని మెసేజ్ చేస్తుండగా బ్యాటరీ డౌన్ కావడంతో సెల్ స్విచాఫ్ అయిపోయింది. దాంతో ఏడుపొకటే తక్కువగా సెల్ వైపే చూస్తూండిపోయాడు.

చివరకు బస్సు ఎక్కుదామనుకున్నాడు. బస్టాప్‌లోకి వెళ్లి నిలబడ్డాడు. కానీ, ఒక్క బస్సూ అక్కడ ఆగడంలేదు. కాస్త ముందో, వెనకో ఆగుతున్నాయి. అందరూ పరిగెట్టుకుని వెళ్లి ఎక్కుతున్నారు. అలవాటు లేకపోవడంతో ఎక్కలేకపోయాడు.

చుట్టూ చీకట్లు చిక్కబడుతున్నాయి. బస్టాప్‌లో కూడా జనం పలచబడుతున్నారు. ఒకవైపు భయం, మరో వైపు ఏదో తెలియని తెగింపు.. గబగబా వెళ్లి వచ్చిన బస్సు ఎక్కేశాడు. కండక్టర్ వచ్చి టికెట్ అడగ్గానే.. తాను దిగాల్సిన ఏరియా పేరు చెప్పాడు.

వెంటనే కండక్టర్ చిరాకుపడుతూ, డ్రైవర్‌ను బస్సు ఆపమన్నట్టు 'టక్ టక్' కొడుతూ "యాడికెళ్లొస్తర్రా బయ్.. బస్సు ఎటుపోతదో చూసేది లే" అని కసురుకుని "దిగు.. దిగు" అన్నాడు తరుముతున్నట్టు. తాను చేసిన తప్పేంటో తెలియకపోగా, కండక్టర్ తిట్టాడనే అవమానంతో గబగబా దిగాలనుకున్నాడుగానీ, బస్సు పూర్తిగా ఆగకపోడంతో దిగలేకపోయాడు.

"ఈళ్లకి గేమ్‌లు డౌన్‌లోడ్ చేసుకుని ఆడేది, ఆన్‌లైన్ సినిమా టిక్కెట్లు బుక్ చేసేది మంచిగ తెలుస్తదిగానీ, బస్సులేడకి పోతయో తెల్వది" అన్నాడు కండక్టర్.

డోర్ దగ్గర ఉన్న వాళ్లంతా నవ్వారు. అబ్బాయికి లోపల్లోపల రగిలిపోతోంది. ఏ ఐరన్ మాన్‌లాగో, కెప్టెన్ అమెరికాలానో మారిపోయి వీళ్లందరినీ చావగొట్టేయాలని అనుకున్నాడు. వాడి అవస్థ చూసి కండక్టర్‌కు ఎందుకో పాపం అనిపించినట్టుంది.

"ఏయ్.. జర ఆగు. పస్తవ్. బస్టాప్‌లో దిగులే" అన్నాడు. తరువాతి బస్టాప్‌లో ఆ అబ్బాయి దిగేశాడు.

ఆ కాస్త దూరం వచ్చేసరికే అది కొత్త ప్రాంతంలా ఉంది వాడికి.

'ఇప్పుడు డాడీకి నేనిక్కడున్నట్టు ఎలా తెలుస్తుంది' అనే సందేహం రావడంతో మరింత అయోమయానికి గురయ్యాడు. గేమ్స్‌లో ఎక్కువ లెవెల్స్ గెలవాలని లంచ్ బ్రేక్‌లో, ఫిజిక్స్ సార్ సగంలో క్లాసు నుంచి వెళ్లిపోయినప్పుడు దొంగదొంగగా తెగ

ఆడారు. ఫ్రెండ్స్‌తో పోటీ పడి అలా ఆడకపోయుంటే సెల్ ఫోన్ బ్యాటరీ అంత తొందరగా డౌన్ అయ్యేది కాదు. 'ఛీ.. ఈసారి అలా ఆడకూడదు' అనుకున్నాడు మనసులో. ఏడాదిగా ఆ దారి వెంట కోచింగ్ సెంటర్‌కు వెళుతున్నా ఏవి ఎక్కడో తెలియదు. ఇంటి దగ్గర ఆటో ఎక్కి కోచింగ్ సెంటర్ దగ్గర, అక్కడ ఎక్కి ఇంటి దగ్గర దిగడమే తెలుసు.

చుట్టూ చూశాడు. ఏవో జిరాక్స్ సెంటర్లు, షాపులు ఉన్నాయి గానీ, వాటి మీద ఎక్కడా ఆ ప్రాంతం పేరు రాసి లేదు. పోనీ పెద్దగా, ప్రముఖంగా ఏమైనా కనబడుతుందా అంటే.. అలాంటివి ఏమీలేవు. అప్పటికే ఏడు దాటుతోంది. ఈపాటికి ఇంటి దగ్గరుంటే మమ్మీ చేసిందో, స్విగ్గీ నుంచి ఆర్డర్ చేసిందో తింటూ.. వీడియోగేమ్‌లు ఆడు కుంటూ ఉండేవాడు. మమ్మీ గుర్తుకు రాగానే వాడి కళ్లలో నీళ్లు చిప్పిల్లాయి. ఎవరైనా చూస్తున్నారేమోనని పక్కకు చూసేసరికి, మెడలో నీలం కండువా వేసుకుని నల్లగా ఉన్న వ్యక్తి వాడిని గమనిస్తూ కనిపించాడు. చప్పున పక్కకు తిరిగి అవేంజర్స్ టీషర్ట్ చేతులతో కళ్లు వత్తుకున్నాడు. నెమ్మదిగా ధైర్యం చేసి..

"అంకుల్ ఒకసారి ఫోన్ ఇస్తారా? మా డాడీకి కాల్ చేయాలి" అని అడిగాడు

ఆయన వాడి జేబువైపు చూస్తూ "నీ ఫోన్‌కేమైంది? రీచార్జ్ లేదా? మీకాడ పిజ్జాలు, బర్గర్‌లు తిననీకి పైసలుంటాయ్‌గానీ, ఫోన్ల మాత్రం పైసలుండవ్‌లే" అంటూనే ఫోన్ ఇచ్చాడు. అనడమైతే అన్నాడు గానీ, ఆ పిల్లాడిని చూస్తేనే కోళ్ల ఫామ్ నుంచి తప్పిపోయిన కోడిపిల్లలా కనిపిస్తున్నాడని జాలిపడ్డాడు.

వాళ్ల డాడీ ఎక్కడున్నావ్ అని అడిగినట్టున్నాడు. మళ్లీ పక్కాయనవైపు చూసి "అంకుల్ ఇది ఏ ఏరియా?"అని అడిగాడు.

ఆయన చెప్పాడు. ఆ అబ్బాయి వాళ్ల డాడీకి వివరించి చెబు తున్నాడు. వీడు సరిగ్గా చెప్పలేకపోతున్నాడని నీలం కండువా మనిషికి అర్థమయ్యింది. ఫోన్ తీసుకుని "సార్ మీ వాన్ని చౌరస్తా కాడ ఇడుస్తా. ఆడకొచ్చి తీసుకుపొండి" అని చెప్పాడు.

ఫోన్ కట్ చేసి, "పా" అని కుర్రాడిని చౌరస్తా వైపు నడిపించాడు. దారిలో "ఏం సదువుతున్నవ్? మార్కులెట్లొస్తయ్?"అని అడిగాడాయన.

ఆ అబ్బాయిలో కాస్త ఉత్సాహం పొంగింది. "వీక్లీ టెస్ట్‌ల్లో ఎప్పుడూ సెవన్త్‌గానీ, సిక్త్‌గానీ వస్తా అంకుల్"అని హుషారుగా చెప్పాడు.

ఆయన నవ్వి "ర్యాంకొస్తే సాల్నా. గింతదానికే పరేషాన్ అయితన్నవ్. లోకజ్ఞానం, వ్యవహారజ్ఞానం నేర్పని చదువులు, ర్యాంకుల వల్ల ఉపయోగముంటదా?" అన్నాడు. ఆయన అన్నది ఆ అబ్బాయికి అర్థంకాలేదు. కానీ, తాను నేర్చుకోవాల్సిందేదో ఉందని మాత్రం చూచాయగా గ్రహించాడు.

వాళ్లు చౌరస్తాకు వస్తుండగానే, వాళ్ల డాడీ కారు వస్తూ కనిపించింది.

15 జులై 2020

డిసెంబర్ 2020
స్వేరో టైమ్స్ మాసపత్రిక

4

బ్రేకింగ్ న్యూస్

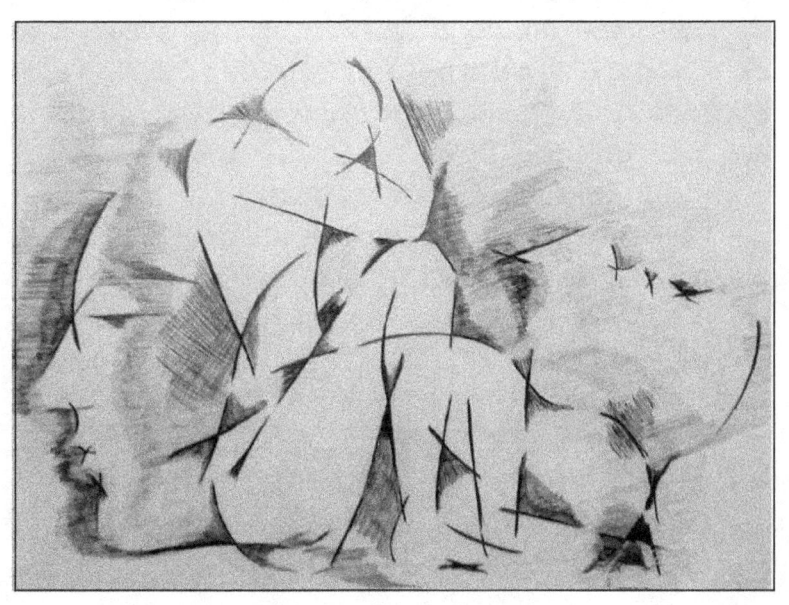

నిన్న రాత్రి ఆమెకు ఆఫీసులో పని ఆలస్యం కావడంతో ఇంటి కొచ్చేసరికి కూడా ఆలస్యమైంది. అందుకే పొద్దున్నే లేవలేక పోయింది. మెలకువ వచ్చేసరికి పొద్దెక్కిపోయిందని కిటికీలోంచి పడుతున్న ఎండ పొడను చూస్తే అర్థమైంది. కంగారుగా లేచి, జుట్టు ముడేసుకుంటూ అద్దంలో చూసుకుంది. వెంటనే తన ముఖంలోని లోపం కొట్టొచ్చినట్టు కనబడింది. మంచం మీద, పిల్లో మీదకు దృష్టి సారించింది. ఏమీ కనబడలేదు. ఓసారి నిట్టూర్చి, అద్దానికి ఓ మూల అతుక్కుని ఉన్న వాటిల్లోంచి ఓ బొట్టు బిళ్ల తీసి ముఖానికి పెట్టుకుంటూ..

'అయ్యో.. ఇవాళ శుక్రవారం కదా' అనుకుంది.

వెంటనే గబగబా హాల్లోకి వచ్చింది. అక్కడ ఆమె భర్త సోఫాలో సగం నిద్ర, సగం మెలకువలో బోర్లా పడుకుని టీవీలో ఛానెళ్లు తిప్పుతున్నాడు.

"పొద్దున లేచి ఇదే పనా. కనీసం శుక్రవారం అనే ధ్యాసైనా లేదు" అంది.

'శుక్రవారం అయితే, నేనేం చెయ్యాలి?' అనుకున్నాడు. కానీ, బయటకు అనలేదు.

"కాస్త లేపితే.. సొమ్మేం పోతుంది? ఛ.. శుక్రవారం పూట ఒక్క పని కాలేదు" అంటూ విసవిసా వంటింట్లోకి వెళ్లిపోయింది.

ఆమె భర్త మళ్లీ ఛానెళ్లు మార్చడంలో బిజీ అయిపోయాడు.

కాఫీ కప్పులతో తిరిగి వస్తూనే ఆమె మళ్లీ మొదలుపెట్టింది.

"అలా సోఫాల్లో పడి దొర్లకపోతే, సందు చివరకు వెళ్లి కాసిని పూలు, పళ్లు తేవచ్చుగా?"

"నువ్వేం చెప్పలేదుగా?" అని, "ఇప్పుడే కాఫీ తాగి వెళ్తా" అని సర్దుకున్నాడు.

"అదే ఖర్మ. ప్రతిదీ బొట్టు పెట్టి చెప్పాలి. ఏదీ అర్థం చేసుకుని, చెయ్యవ్" అంటూండగానే..

"సరే వచ్చాకే తాగుతా, కాఫీ" అంటూ, గ్లాసు టీపాయ్ మీద పెట్టేసి.. రెండడుగులు ముందుకు వేశాడు.

"ఈ రోషాలకేం తక్కువ లేదు. ఈ ఐదు నిమిషాల్లో మునిగిపోయేదేం లేదూ.. తాగే దయచేయి మహాశయా. అంత త్యాగం నేను తట్టుకోలేను" అని నైటీ కాస్త పైకి అనుకుని సోఫాలో కూలబడింది.

ఆటోమేటిగ్గా రిమోట్ ఆమె చేతిలోకొచ్చేసింది. కాఫీలు పూర్తయ్యే సరికి ఏదో ఛానెల్లో లలితా పారాయణం దగ్గర ఆగింది. వెంటనే కాస్త సౌండ్ పెంచింది. హడావిడిగా సోఫాలోంచి లేచి,

"మీరు తలుపు బయట గడియ వేసుకుని వెళ్లండి. నేను స్నానానికి వెళ్లాలి. రెండ్నిమిషాల్లో వచ్చెస్తా. మీరు కూడా ఇక్కడున్నట్టు రండి. లేకపోతే మీకే నష్టం. టిఫిన్ ఆలస్యమైతే తట్టుకోలేరు" అంటూ కప్పులు తీసుకెళ్లి సింకులో పడేసి బెడ్ రూమ్‌లోని అటాచ్డ్ బాత్రూం వైపు నడిచింది.

ఆయన కూడా ఆమె వెనుకే వెళ్లాడు. చరచరా వెళ్తున్న ఆమె కాస్తా.. గబుక్కున ఆగి, వెనక్కి తిరిగింది. అది ఊహించని ఆయన దాదాపు ఆమెను ఢీకొనబోయాడు.

"ఏంటిది? వెనకాలే. ఇవాళ పూజ ఉంది" అంది.

"ఛఛా.. అందుకు కాదు, డబ్బులు.. బీరువాలో ఉన్నాయి, తీసుకుందామని.." మెల్లగా గొణుగుతున్నట్టు అన్నాడు.

ఎందుకనో ఆమె పెదవులు బిగించి, బుగ్గలు పొంగించి కొంటెగా నవ్వుతూ "ఊహూ.." అని సాగదీసి ఊరుకుంది, లేకపోతే 'ఛఛా' అన్నందుకు ఓ అష్టోత్తరం చదివేదే.

కాసేపటికి, చేమంతి పూలు విడిగా, మల్లెపూల మాల, తమలపాకులు, కొబ్బరి కాయ పట్టుకుని వచ్చాడు.

ఆమె ఇంకా బాత్ రూమ్ నుంచి రాలేదు.

తెచ్చినవన్నీ పూజ గదిలో పెట్టి, బాల్కనీలోని పూల మొక్కల దగ్గరకు వెళ్లి పూలు కోసుకుని వచ్చి, ఆ బుట్ట కూడా పూజగదిలోనే పెట్టాడు.

ఆమె ఇంకా బాత్‌రూమ్ నుంచి రాలేదు.

కొబ్బరికాయ తెచ్చిన సంగతి గుర్తుకు వచ్చి.. అది కొట్టుకోవ డానికి ఒక రాయి, నీళ్లు పోయడానికి ఒక గ్లాసు తీసుకొచ్చి పూజగదిలో పెట్టాడు.

ఆమె ఇంకా బాత్ రూమ్ నుంచి రాలేదు.

తాను కూడా స్నానం చేస్తే ఆమెకు సహాయం చేయొచ్చుగా అనిపించింది. వెంటనే మరో బాత్ రూమ్‌లో దూరాడు. తొందరగా రెండు చెంబులు పోసుకుని వచ్చేశాడు.

ఆమె ఇంకా బాత్ రూమ్ నుంచి రాలేదు.

ఓసారి బాత్ రూమ్ వైపు చూశాడు. చప్పుళ్లు కూడా ఏమీ వినిపించలేదు. 'ఏదైనా అయ్యిందా?'అనే సందేహంతో వేళ్లు మడిచి తలుపుపై మెల్లగా తట్టాడు.

అంతే టక్కున తలుపు తెరుచుకుని, ఆమె బయటకు వచ్చింది. అతడు ఉలిక్కిపడ్డాడు.

"ఎందుకంత ఉలికిపాటు.. నేనేమైనా దెయ్యంలా మారి పోయానా? అయినా, రెణ్ణిమిషాలు ఆగలేవా? ఏదో కొంపలు మునిగి పోయినట్టు.."అంటూ విసుక్కుని, డ్రెస్సింగ్ టేబుల్ దగ్గర అరలాగి కుంకుమ తీసుకు పెట్టుకుని, ఆ గదిలోనే ఓ గోడకు అమర్చిన దేవుడి పటానికి చేతులు జోడించి దణ్ణం పెట్టుకుని, ఏదో చదువుకుంటూ దేవుడి గది వైపు వెళ్లిపోయింది.

ఆమె వెళ్లిపోయినా, ఆమె జుట్టు నుంచి వెలువడిన షాంపూ పరిమళం అతడిని కాసేపు అందమైన ఊహల్లోకి లాక్కెళ్లింది. కాసేపటికి హాలులోకి వచ్చి సెల్ తీసుకుని కూతురుకు ఫోన్ చేశాడు. కట్ చేసింది. కొడుక్కి చేశాడు. వాడు ఎత్తనే లేదు. అతడు ఓ నిట్టూర్పు విడిచి ఫోన్ సోఫాలో పడేసి, అమెజాన్ ప్రైమ్‌లో కొత్త సినిమాలు ఏమొచ్చాయో వెతుకుతున్నాడు.

"పొద్దున్న లేచిన దగ్గర్నించి పడుకునే వరకూ ఆ దిక్కుమాలిన సినిమాలేనా? రోజూ ఇడ్లీయేనా అని సణుక్కుంటున్నావని పెసలు నానబోశా. ఇవాళ ఈ వ్యవహారం ఉంటుందని గుర్తులేక. కాస్త మిక్సీలో వేసి రుబ్బరాదూ, పూజ అయిన వెంటనే వచ్చి నేను పోసెస్తా" అంది.

"సరే" అంటూ అతడు వంటింటిలోకి నడిచాడు.

పెసలు నానబోసిన గిన్నె తీసుకుని కడుగుతుండగానే..

"పెసలు రుబ్బేప్పుడు కాస్త అల్లం కూడా వేయి. అలాగే.." అని కాస్త ఆగి,

"అవన్నీ నీవల్ల కాదుగానీ, ఈ పూటకు ఆ ఇడ్లీలే పెట్టెయ్. కనీసం నేను పూజ అయినా ప్రశాంతంగా చేసుకోవచ్చు. ఆ పెసరట్లేవో రాత్రికి పోస్తా" అని మళ్లీ పూజలో పడిపోయింది.

ఆమె పూజ ముగిసేలోగా ఇడ్లీలు తయారయ్యాయి.

వేడి వేడి ఇడ్లీలు నోట్లో పడగానే ఆమెకు ప్రాణం లేచి వచ్చినట్లయ్యింది. భర్త వైపు చూసింది. ఆమెలోని ప్రేమ వల్లో ఏమో ఆ క్షణం అతడు నీరసంగా కనిపించాడు. దాంతో లోపలి నుంచి అనురాగం పొంగుకొచ్చింది.

"సారీ.. అబ్బా, పొద్దుటి నుంచి హడావిడి అయిపోయింది. సాయంత్రం తప్పకుండా పెసరట్టు వేసి పెడతా. ఉల్లిపాయలు, జీలకర్ర కూడా తగిలిస్తా. నీకు ఇష్టం కదా" అంది.

అతడు 'సరే' అన్నట్టు తలూపాడు. అంతలోనే కడుపునొప్పి అంటూ లేచాడు.

బాత్రూమ్‌కు వెళ్లొచ్చేసరికి చెమటలు పట్టాయి. కడుపు పట్టుకుని నీరసంగా కూర్చున్నాడు.

ఆమె కంగారుగా "ఏమైంది? మోషన్సా.." అంది.

అతను మాట్లాడలేదు. రెండు, మూడు రోజులు నొప్పి అలాగే ఉండటంతో డాక్టర్‌ని కలిశాడు. ఆ ఆసుపత్రి వాళ్లు చెప్పిన పరీక్షలన్నీ చేయించుకున్నాడు. మందులు వాడాడు. రోజులు, వారాలు, నెలలు గడిచిపోతున్నాయ్. పరిస్థితిలో ఏ మాత్రం మార్పులేదు. రానురానూ అతడు మరింత నీరసంగా అయిపోతున్నాడు.

చివరికి ఓ రోజు డాక్టర్ అసలు విషయం చెప్పాడు, లివర్ ట్రాన్స్ ప్లాంటేషన్ చేయాలని. డాక్టర్ ఆ మాట అనగానే అందరికిలాగే ఆయన కూడా అదిరిపోయాడు. అంతా శూన్యంగా అనిపించింది. పోయిన తల్లిదండ్రులు, అల్లారు ముద్దుగా పెంచుకుంటున్న పిల్లలు, నోరెట్టుకుని గెలిచే.. అమాయకురాలైన భార్య- అందరి గురించీ ఆలోచించాడు.

ఆసుపత్రి నుంచి రాగానే ఆమె పడక గదిలోకి వెళ్లిపోయింది. అరగంట తరువాత ఏమీ ఎరగనిదానిలా నైటీ మార్చుకుని వచ్చింది. తాను చాలా మామూలుగా ఉన్నానని ఆమె అనుకుంది. కానీ, ఆమె ముఖం చూడగానే అతడికి అర్థమైపోయింది, బాగా ఏడ్చిందని.

అతడు ఏమీ మాట్లాడలేదు. మౌనంగా ఆమెవైపు చూశాడు. ఇద్దరి కళ్లూ కలుసుకున్నాయి. ఆమె చురుగ్గా వచ్చి అతడిని గట్టిగా వాటేసుకుని బావురుమంది. అతడి కళ్లు కూడా చెమ్మగిల్లాయి.

"నువ్వయినా ధైర్యంగా ఉండు, ఒకవేళ నాకేమైనా అయితే.. పిల్లలకి నువ్వే దిక్కు" అంటుండగా అతడి గొంతు గద్గమైంది. ఇద్దరూ ఒకరినొకరు ఓదార్చుకుంటూ అలా ఎంతసేపు ఉన్నారో? పైన తిరిగే ఫ్యాన్, రణగొణ ధ్వనులతో మోగుతున్న టీవీ, గాలికి ఎగురుతున్న కర్టెన్లు తమ అస్థిత్వాన్ని కోల్పోయాయి. వారికి వేటితోనూ సంబంధం లేదు.

ఆమె అతడి చేతిపై తన చేతి నుంచి, కాళ్లు రెండూ ముడుచు కుని సోఫాలో పెట్టుకుని, మోకాళ్లపై తల పెట్టుకుంది. అతడు ఆమె వీపు చుట్టూ చేయి వేశాడు.

కాసేపటికి ఆమె తేరుకుని వంటింట్లోకి వెళ్లింది. రెండు కప్పుల కాఫీతో నిశ్శబ్దంగా వచ్చింది.

ఆమె ఓ గుక్క తాగి గొంతు సవరించుకుంది.

"అలా కూర్చుంటే కాదు, తాగు. నీకే అంత దిగులుంటే నాకెంతుండాలి? రేపొద్దున్న.. నీకేం, నువ్వు హాయిగా.., నేను ఇద్దరు పిల్లల్ని పెట్టుకుని.." అంటుండగా ఆమె గొంతుకు దుఃఖం అడ్డొచ్చింది.

అతడు ఏం మాట్లాడలేకపోయాడు.

"పాపిష్టిదాన్ని ఏదేదో వాగుతున్నా. నా నోటి దురుసు గురించి నీకు తెలిసిందే కదా. ధైర్యంగా ఉండు. నాకు చెప్పాల్సింది పోయి, నువ్వే దిగులుపడితే ఎలా? అయినా, ఇవాళా రేపూ వైద్యం మామూలుగా ఉందా? ఎంత మారిపోలేదు? తెలియదు కాబట్టి మనం భయపడతాంగానీ, వాళ్లు ఇలాంటి ఆపరేషన్లు ఎన్నో చిటికెలో చేసేస్తారు. అంతా భగవంతుడి మీద భారం వేసి ముందుకు సాగడమే. ఎందుకైనా మంచిది సెకండ్ ఒపీనియన్ కూడా తీసుకుందాం" అంటూ దేవుడి గది వైపు తిరిగి చేతులు జోడించింది.

★ ★ ★

రెండో రోజు తెల్లారేప్పటికి ఆమె చెల్లెలు దిగింది. వస్తూనే కళ్ల నిండా నీళ్లు పెట్టుకుంది.

"జరిగిందంతా అక్క చెప్పింది. అప్పటి నుంచి మిమ్మల్నిద్దర్నీ చూసేవరకూ మనసు మనసులో లేదంటే నమ్మండి. అన్నిటికీ భగవంతుడు ఉన్నాడు మీకేం కాదు బావగారూ, దిగులు పడొద్ద"ని కళ్లు ఒత్తుకుంది.

చెల్లెలు చెయ్యాసరాగా ఉండటంతోపాటు, మాట సాయం కూడా చేస్తుంది కాబట్టి ఆమె కాస్త మామూలు మనిషిలా మారే సూచనలు కనిపించాయతడికి.

గతంలో ఎన్నడూ లేని విధంగా భార్య తనపట్ల అపారమైన ప్రేమను కురిపించడం అతడికి బానే అనిపిస్తోంది. కానీ, అది ప్రేమా? లేక జాలా? అని అనుమానపడుతున్నాడు. లాప్‌టాప్ ఓపెన్ చేసుకుని లివర్ ట్రాన్స్‌ప్లాంటేషన్ మీద అధ్యయనం మొదలుపెట్టాడు. దాంతో మరింత గందరగోళంలో పడ్డాడు.

"నువ్వు ఊరికే హైరానా పడకు. మరో డాక్టర్ ఎవరినైనా కలిసి సెకండ్ ఒపీనియన్ తీసుకుందామంటే వినలేదు. అక్కడా ఇక్కడా వచ్చే ఫేక్ విషయాలన్నీ చూసి టెన్షన్ పడటం ఎందుకు?" అంది ఆమె.

మందులు వాడటం, భార్య ప్రేమగా ఉండటం, అక్క చెల్లెళ్లిద్దరూ ఒకరికి ఒకరు తోడై వెరైటీ టిఫిన్లు, కూరలు, స్నాక్స్ చేస్తుండటంతో ఆయన మునుపటి కంటే పుంజుకున్నాడు. ఆపరేషన్ అంటే సహజంగా ఉండే భయం ఓ మూలకు సర్దుకుంది.

ఏ విషయం చెప్పకుండానే ఆ వీకెండ్‌కి పిల్లలిద్దర్నీ రప్పించింది. రెండ్రోజులు తల్లిదండ్రులతో గడిపి వెళ్లారు. ముందే కఠినంగా నిర్ణయించుకున్నందున భార్యభర్తలిద్దరూ వాళ్ల ముందేమీ బయట పడలేదు.

వీలు చూసుని, పిల్లలిద్దరూ ఉన్నప్పుడు అతడు నెమ్మదిగా చెప్పాడు.

"కాస్త అల్లరి తగ్గించండి. మీరేమీ ఇంకా చిన్న పిల్లలు కాదు. మీ భవిష్యత్ గురించి మీరే నిర్ణయాలు తీసుకోవాలి. ఎటువంటి పరిస్థితులు ఎదురైనా ధైర్యంగా, ఆత్మవిశ్వాసంతో వ్యవహరించాలి" అంటూ ఇంకా చాలానే చెప్పాడు. వాళ్లకేం ఎక్కిందో మాత్రం అతడికి తెలియలేదు.

వాళ్లను పంపేటప్పుడు ఇద్దరూ కళ్ల నీళ్లు పెట్టుకున్నారు. తల్లి ఏడుస్తూ సాగనంపడం మామూలేగానీ, తండ్రి కళ్లు చెమ్మగిల్లడం వాళ్లెప్పుడూ చూడలేదు. కానీ, వాళ్ల హడావిడిలో వాళ్లుండి, తమ ఫోన్లలో తల దూర్చుకుని వెళ్లిపోయారు.

వాళ్లు వెళ్లిపోయాక గదిలోకొచ్చి "వాళ్లను మళ్లీ చూస్తానో లేదో?" అన్నాడు.

"ఛ.. అవేం మాటలు? నీకేం కాదు, నిమ్మళంగా ఉండు. నేనున్నాగా"అని భరోసా ఇచ్చింది ఆమె.

★ ★ ★

"ఇలా అవయవాలు దానం చేసేవారు దొరకడం చాలా అరుదుట. అందుకే ఒప్పుకున్నా. నువ్వున్నావన్న ధైర్యంతోనే.." అంటూ చెల్లెల్ని కౌగిలించుకుని బావురుమంటున్న భార్య గొంతు వినపడటంతో వంటింట్లోకి వెళ్లబోయినవాడు ఆగిపోయాడు. డాక్టర్‌తో మాట్లాడి వస్తామని పొద్దున్నే వెళ్లి వచ్చారిద్దరూ. బహుశా, లివర్ డోనర్ దొరికాడను కుంట. డాక్టర్ అపరేషన్ తేదీ ఖరారు చేసి ఉంటాడని అతడికి అర్థమైంది.

కానీ, అసలు విషయం అతడికి తెలియదు.

ఆ పూట ఎవరికీ టిఫిన్ సహించలేదు. భోజనాలు కూడా ఏదో అయిందనిపించారు.

మరో రెండు రోజుల్లో ఆపరేషన్. మరుసటి రోజు ఆసుపత్రిలో చేరాలి.

ఆ రాత్రి ఆ ఇంట్లో ఎవరికీ నిద్ర పట్టలేదు.

★ ★ ★

ముగ్గురూ పొద్దున్నే ఆసుపత్రికి చేరుకున్నారు. డాక్టర్‌ని కలవగానే.. ఇటువంటి ఆపరేషన్లు ఈ రోజుల్లో సర్వసామాన్యమనీ, ఒక్క తమ ఆసుపత్రిలోనే రోజుకు పదివరకు చేస్తుంటామని.. భయ పడాల్సిందేం లేదని చెప్పాడు. సాధారణంగా లివర్ డోనర్స్ దొరకడం కష్టమనీ, మీకు చాలా తొందరగా దొరికారని ఆయనతో చెబుతూ,

ఓ క్షణం ఆమె వైపు దృష్టి సారించాడు. మళ్లీ ఆయన వైపు తిరిగి డబ్బు వ్యవహారాల్లోకి వచ్చాడు.

"నా కోసం అంత త్యాగం చేసిన వాళ్లెవరో తెలుసుకోవచ్చా?" అని ఆయన డాక్టర్‌ను అడిగాడు.

"అన్నీ అవే తెలుస్తాయి. మీరు ఇప్పుడవన్నీ ఆలోచించకండి. కౌంటర్‌లో డబ్బులు కట్టేశాక, ఆ బిల్లు ఇక్కడ డ్యూటీ డాక్టర్‌కి ఇవ్వండి. నేను మిగిలిన ఏర్పాట్లు చూస్తాను" అంటూ డాక్టర్ హడావిడిగా వెళ్లి పోయాడు.

ఆయన భార్యతో ఏదో అనబోయాడు. కానీ, ఆమె కూడా డాక్టర్ వెనకాలే బయటకు వెళ్లిపోయింది.

కౌంటర్ దగ్గరకు వెళ్లిన ఆమెను ఓ నర్సు మరో డాక్టర్ దగ్గరకు తీసుకువెళ్లింది. కొంత డబ్బు డాక్టరే నేరుగా తీసుకున్నాడు. మరికొంత కౌంటర్‌లో కట్టమన్నాడు. అంతా అయ్యాక ఆయన్ని రూమ్‌లోకి తీసుకు వెళ్లారు. ఒకరికొకరు జాగ్రత్తలు చెప్పుకున్నారు.

అక్కచెల్లెళ్లిద్దరూ బయటికి వెళ్లిపోయారు.

మరో పక్కనున్న వార్డులో తనకు కేటాయించిన రూమ్‌లోకి వెళ్లిందామె. వెనకాలే వచ్చిన చెల్లెలికి చెప్పాల్సిన జాగ్రత్తలన్నీ చెప్పింది. ఇద్దరూ ఏడుస్తూ ఒకరినొకరు కౌగిలించుకున్నారు. నర్సులు వచ్చి బీపీ అదీ చెక్ చేసి వెళ్లారు.

అంతే.

ఎంతసేపు గడిచినా ఇక ఎవరూ రావడంలేదు. ఏమీ పట్టించుకోవడం లేదు.

దాంతో ఆమెలో నెమ్మదిగా ఆందోళన మొదలయ్యింది. 'ఒకవేళ ఆయన్ని ముందు ఆపరేషన్ గదిలోకి తీసుకెళ్లిపోయారేమో? తను డోనర్ కదా, తనకు ఆపరేషన్ చేయకుండా, ఆయనకు ఎలా చేస్తారు? ముందు ఆయన లివర్ తీసేసి, తరువాత నా దగ్గర నుంచి..?' ఆమెలో ఆలోచనల గందరగోళం మొదలైంది.

అక్క ఆందోళన చూసి "నువ్విక్కడే ఉండు. నేను కనుక్కొంటా" అని చెల్లెలు బయటకు వెళ్లింది.

ఆసుపత్రి వాతావరణమంతా ఏదో హడావిడిగా ఉంది. కొందరు అక్కడక్కడ గుసగుసలాడుకుంటున్నారు. బావగారు ఉండే వార్డుకు వెళ్లి ఆయనను చూసింది. ఆయన కూడా ఇంకా గదిలోనే ఉన్నాడు. లోపలికి వెళ్లి పలకరించింది.

"మీ అక్క ఏదీ? ఏమీ కంగారు పడొద్దని చెప్పు" అన్నాడు అతను.

"అలాగే" అని తలూపి బయటకు వచ్చింది.

బావగారి గదిలోంచి బయటకు వచ్చాక, అక్కను ఉంచిన వార్డుకు ఎలా వెళ్లాలో అర్థం కాలేదామెకు. ఎవరినైనా అడుగుదామన్నా, దూరంగా తప్ప.. దగ్గరలో

ఎవరూ కనిపించలేదు. గ్రౌండ్ ఫ్లోర్‌కి వెళితే, అక్కడి నుంచి దారి కనుక్కోగలనని అనుకుంది. లిఫ్ట్ లోంచి బయటకు రాగానే గ్రౌండ్ ఫ్లోర్ అంతా ఉద్రిక్త వాతావరణం నెలకొని ఉంది. అక్కడక్కడ పోలీసులు కనిపిస్తున్నారు. ఎవరినైనా అడిగినా చెప్పేటట్టు లేరు. ఆమె అలా దిక్కులు చూస్తుండగానే..

"ఎవరు మీరు? ఎక్కడికెళ్తున్నారు?" అంటూ ఓ కానిస్టేబుల్ గట్టిగా ప్రశ్నించాడు.

ఆమె తడబడుతూ "మా అక్క.. బావగారు.. పైన.." అంది కంగారుగా.

"అయితే, అక్కడే ఉండండి. ఇలా తిరక్కండి. వెళ్లండి" అని కసురుకున్నట్టు చెప్పాడు.

ఆమె వెళ్తుంటే అనుమానంగా ఆమెనే చూస్తూ కనిపించాడు. ఆమె కంగారుగా అక్క దగ్గరకు వచ్చేసి జరిగిందంతా చెప్పింది. ఎవరైనా వస్తారేమో విషయం తెలుసుకుందామని ఎదురుచూస్తూ కూర్చున్నారు. చాలాసేపటికి నర్సులు వచ్చి అనుకోని కారణాల వల్ల ఇవాళ ఆపరేషన్ చేయడం కుదరదని, ఎప్పుడు చేసేదీ డాక్టర్‌గారు మళ్లీ చెబుతారని చెప్పారు. ఇంటికి వెళ్లిపొమ్మన్నారు.

'ఏమైంది? ఎందుకు?' అనే వీళ్ల హడావిడి ప్రశ్నలన్నిటికీ వాళ్లు 'మాకేం తెలీదని..' మాత్రమే జవాబిచ్చారు.

వీళ్లకి 'ఏమీ తెలియద'ని చెప్పిన నర్సులు. వాళ్లాయనకు మాత్రం అసలు విషయం చెప్పేశారని వాళ్లిద్దరికీ తెలియదు. అందుకే అప్పటికే కిందకు వచ్చేసిన ఆయన అక్కచెల్లెళ్ల కోసం ఆదుర్దాగా ఎదురు చూస్తున్నాడు. ఇద్దరూ ఆయన కంటపడగానే కాస్త తడబడ్డారు. 'మీ కోసమే.. పైకి..' అంటూ ఏదో చెప్పబోయారు.

"అడగని ప్రశ్నలకు.. అతకని సమాధానాలెందుకు?" అన్నా డాయన కళ్లలో నీళ్లూరుతుండగా.

ఇద్దరూ మాట్లాడలేదు. ముగ్గురూ క్యాబ్‌లో ఇంటికి చేరు కున్నారు.

చెల్లెలు లోపల గదిలోకి వెళ్లగానే ఆయన గబుక్కుని వంగుని భార్య కాళ్లు పట్టుకోబోయాడు. ఆమె ఆపింది. ఆయన కన్నీటి పర్యంత మవుతూ..

"నా కోసం నువ్వు ఇంత త్యాగానికి సిద్ధపడ్డావా? ఎప్పుడూ సణుక్కుంటూ, తిట్టుకుంటూ ఉంటే.. ఏదో తప్పనిసరి కాపురం చేస్తున్నావనుకున్నా. నీ ఊహలకు నేను సరిపోలేదని, అందుకే ఎన్నేళ్లయినా నువ్వు సర్దుకుపోలేకపోతున్నావని అనుకున్నా. నీకు నా మీద అంత ప్రేమ ఏమీ లేదనుకునేవాడిని. నేనొట్టి ఫూల్‌ని" అంటుండగా గొంతు బొంగురుపోయింది.

"మరీ టూమచ్ చేయకు.. మొగుడు పెళ్లాలన్నాక ఓ మాట అనుకోకుండా ఉంటామా? అలా అని ప్రాణాల మీదకు వస్తే చూస్తూ ఊరుకుంటామా?" అంది.

"యముడి నుంచి భర్త ప్రాణాలు కాపాడుకున్న సావిత్రిదే సాహసం అనుకుంటాం. కానీ, ఎన్నో సాహసాలు చేస్తూ, కాపురాలు నిలబెట్టుకుంటూ ఇంటింటా ఉన్న సావిత్రులను గుర్తించలేక పోతున్నాం" అన్నాడతను.

"మరీ అంతొద్దులే. ఇప్పటికే లావుగా ఉన్నానంటున్నారు. నీ పొగడ్తలతో ఇంకా లావై పోతా" అంది ఏడుపూ, నవ్వూ కలగలుపుతూ.

ఇద్దరూ ఒకరినొకరు ఓదార్చుకుంటున్నట్టు కౌగిలిలో ఒదిగి పోయారు. ఆమె ఎప్పుడో అతడిలో సగమయ్యింది. అతడు మాత్రం ఇప్పుడే మనస్ఫూర్తిగా ఆమెలో సగమవుతున్నాడు. ఆ అనురాగ సంగమ దృశ్యాన్ని చెదరగొట్టడం ఇష్టం లేక గదిలోంచి బయటకు వస్తున్న చెల్లెలు గుమ్మం దగ్గరే ఆగిపోయింది.

కానీ, అక్కడి టీవీలోని బ్రేకింగ్ న్యూస్ ఆమెను అలా నిలువ నివ్వలేదు.

'అక్రమాలకు పాల్పడుతున్న డాక్టర్ అరెస్ట్, అవసరం లేక పోయినా లివర్ మార్పిడి ఆపరేషన్ల పేరిట భారీగా వసూళ్లు. ఆస్పత్రిలో రెడ్‌హ్యాండెడ్‌గా పట్టుకున్న పోలీసులు' అనే బ్రేకింగ్ న్యూస్ మ్యూట్‌లో పెట్టిన టీవీలో గిరగిరా తిరుగుతూ ఆమె నోటిని అన్ మ్యూట్ చేసింది. అంతేకాదు, వారి దుఃఖాన్ని కూడా బ్రేక్ చేసి సంతోషాలను పంచింది. అందరూ ఒక్కసారి అవాక్కై, వెంటనే తేరుకుని కేరింతలు కొట్టారు. ముగ్గురి ముఖాలు ఆ రాత్రిని దేదీప్యమానం చేశాయి. పెద్ద ప్రమాదం నుంచి బయటపడ్డామని తెలడంతో హృదయోద్వేగాలు వారిని ఒకచోట నిలువనీయడం లేదు.

ఆ రాత్రి ఆ ఇంట్లో ఎవ్వరూ నిద్రపోలేదు, ఆనందంతో.

20 జులై 2020

ఫిబ్రవరి 2021
స్వాతి మాసపత్రిక

5

ఆశల రెక్కలు

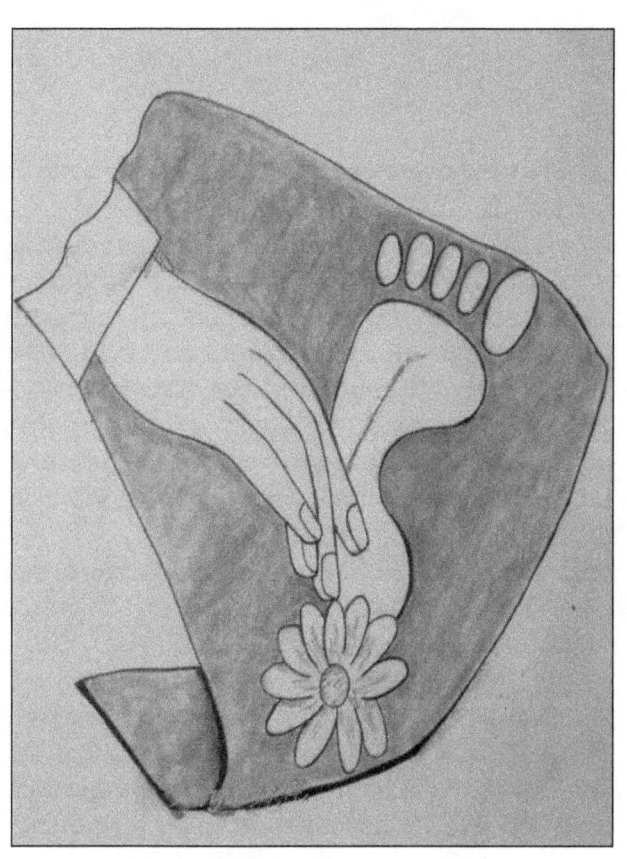

ఇంకా అర్ధరాత్రి కాలేదు. ప్రతి రోజూలాగే ఆరోజు కూడా సరిగ్గా అదే సమయానికి 'టిక్.. టిక్..' మంటూ ఎవరో కర్రతో నడుస్తున్న శబ్దం.

అదొక ఆసుపత్రి. అతడు ఆ ఆసుపత్రిలో చికిత్స చేయించు కుంటున్నాడు. పడుకున్నవాడు లేవడానికిగానీ, తలెత్తి చూడటానికి గానీ వీలుకాని విధంగా అతడి చుట్టూ పలు వైద్య పరికరాలు అమర్చి ఉన్నాయి. వరండా వైపు అంతా అద్దాలే అమర్చి ఉన్నా, కర్టెన్లు వేసేసి ఉండటంతో ఎవరూ కనిపించరు. ఒకోసారి ఒక దగ్గర కర్టెన్ కాస్త తొలగి ఉంటుంది. కొన్నిసార్లు ఆ ప్రాంతం అతని కళ్లకు కనిపిస్తుంది. అత్యంత శ్రద్ధతో ఆ శబ్దం వస్తున్న వైపు చెవులు రిక్కించి కర్టెన్ తొలగిన ఖాళీలోంచి చూడాలని అతడు ప్రయత్నిస్తూ ఉంటాడు. ఎప్పుడో తప్ప అది సాధ్యం కాదు. అప్పుడు కూడా అక్కడి కాంతిని బట్టి నీడలా ఓ అకారం కనిపించి మాయమైపోతుంది. కానీ, వరండా దాటే వరకూ 'టిక్..టిక్..' శబ్దం వినిపిస్తూనే ఉంటుంది.

ఇటువంటి శబ్దాలు విని భయపడటానికి అతడేమీ సామాన్యుడు కాదు. పక్కనే బాంబులు పడ్డా ఏమాత్రం అదిరిపడడు. అలాని, అతడేమీ ఫ్యాక్షనిస్ట్ కాదు. ఈ దేశాన్ని రక్షించే సైనికుడు. చీకటి రాత్రులు, భయంకరమైన శబ్దాలు అతడిని భయ పెట్టలేవు. కానీ అప్రమత్తం చేస్తాయి. అప్రమత్తతే సైనికుడి ప్రాథమిక లక్షణం అని అతడు విశ్వసిస్తాడు. భయానికీ, అప్రమత్తతకీ తేడా కూడా అతడికి క్షుణ్ణంగా తెలుసు. అంతమాత్రాన అతడు దేనికీ భయపడడని కాదు. అయితే, అతడు భయ పడుతున్నది రాత్రిళ్లు వినిపించే ఆ శబ్దం గురించి కాదు. తన కాలు గురించి. శత్రువులు దొంగచాటుగా జరిపిన దాడిలో తన కాలులోకి దూసుకుపోయిన బుల్లెట్ల గురించి. వాటిలో కొన్ని

బయటకురామంటూ మొండికేయడం గురించి. ఫలితంగా కాలునే కోల్పోవలసి రావడం గురించి.

తనకు కాలు లేకపోవడం అనే విషయాన్ని అతడు జీర్ణించు కోలేకపోతున్నాడు. 'ప్రాణాలు పోయినా బావుండేది. ఇప్పుడు ఈ ఒంటి కాలితో ఎలా బతకాలి' అనే ఆలోచనలు అతడిని తొలిచేస్తున్నాయి. ఇంతలో మళ్లీ అనుమానం వచ్చింది. 'నేను పూర్తిగా ప్రాణాపాయం నుంచి తప్పించుకున్నట్టేనా? ఇంక భయపడాల్సిందేమీ లేదా? మరి, అలా అయితే చుట్టూ ఇన్ని గొట్టాలేంటి. ఆఖరికి నోట్లో కూడా ఏవో పెట్టారే? ఇప్పటికే నెల దాటిందనుకుంట. ఇంకా ఎన్నాళ్లిలా?' ఇలా సాగుతున్న అతడి ఆలోచనలకు ఏవో ఏడుపులు అంతరాయం కలిగించాయి. తల కూడా తిప్పలేని స్థితిలో కళ్లు మాత్రం చివరికంటా తిప్పాడు. ఎవరినో స్ట్రెచర్‌పై బయటకు తీసుకువెళ్తున్నారు. తలుపు తెరిచినప్పుడు బంధువుల ఏడుపులు వినబడ్డాయి. 'అంటే, ఆ స్ట్రెచర్‌పై వెళుతున్నది మనిషి కాదు, మృతదేహం అన్నమాట'. ఆ ఆలోచన రాగానే అతడిని ఎక్కడలేని నిస్సత్తువా ఆవరించింది.

'ఇవాళ అతను, రేపు..' అక్కడే అతడి ఆలోచనలన్నీ కొట్టుకు లాడుతున్నాయి.

ఇంతలో ఇద్దరు డాక్టర్లు, కొంతమంది నర్సులు వచ్చారు. వాళ్ల చేతుల్లో ఉన్న కాగితాలపై ఏవేవో రాసుకున్నారు. గొట్టాలనీ, వాటికి వున్న పరికరాల్ని సవరించారు. వాళ్లలో వాళ్లే ఏవో మాట్లాడుకున్నారు. వెళ్లేప్పుడు మాత్రం ఆ డాక్టర్ ఎప్పటిలాగే భుజం తట్టి వెళ్లిపోయాడు. కానీ, వాళ్లేదో ఆందోళనలో ఉన్నట్టు అతడికి అర్థమవుతూనే ఉంది. అది అతడి గురించే అని మాత్రం అతడు ఊహించలేకపోయాడు.

తరువాత రెండు బెడ్‌లు ఉండే ఆ గదిలో హడావిడి మొదలైంది. కొత్త రోగి వస్తున్నట్టున్నాడు. పక్కనున్న మంచం దులిపి, దుప్పటి మార్చి చక్కగా సర్దారు. ఇంతకుముందున్న వ్యక్తితో బాగానే స్నేహం చేశాడు. ఇద్దరూ అవకాశం దొరికినప్పుడల్లా అనేక విషయాలు ముచ్చటించుకున్నారు. కాకపోతే, అవి అందరికీ వుండే మామూలు సుఖాదుఃఖాల్లాంటివే. ఈలోగానే ఆయన తొందరపడి వెళ్లిపోయాడు. 'ఈసారి వచ్చేవాడు ఎంతకాలం ఉంటాడో? లేక ఈలోగా తనే వెళ్లి పోతాడో?' అనుకున్నాడు మనసులో. చాలా దుఃఖంగా అనిపించింది. మగవాడుగానే కాదు, రోగగ్రస్తుడు కూడా కావడంతో ఏడవలేక పోయాడు. ఏడవడానికి కూడా శరీరం సహకరించకపోవడం అతడిని మరింత కృంగదీసింది.

ఏ సంకేతాలు అందాయో. బిలబిలమంటూ కొందరు నర్సులు వచ్చారు. కాసేపు ఏవేవో హడావిడి మాటలు. అతడి చుట్టూ చేరి ఏవేవో సర్దారు. తమ దగ్గర వున్న కాగితాల్లో ఏవేవో రాసుకున్నారు. తర్వాతంతా నిశ్శబ్దం. ఆ నిశ్శబ్దంలోనే అతడు నిద్ర పోయాడు.

తెల్లారింది. అందుకు సూచనగా గదిలో చుట్టూ వెలుతురు కమ్ముకుంది. ట్యూబులైట్లు సహజమైన వెలుతురుతో పోటీ పడలేక ఓటమిని అంగీకరిస్తున్నాయి. కానీ, అతడికి మెలకువ రావడానికి కారణం పక్కన ఏదో హడావిడి జరగడం. అతడు

అనుకున్నది కరెక్టే. ఎవరో కొత్త పేషెంట్ వచ్చాడు. కళ్లు తిప్పి చూడబోయాడు. కానీ, మరీ దగ్గరగా ఉండటం వలన అనుకుంట ఆ పేషెంట్ కాళ్లుతప్ప ఏమీ కనిపించడం లేదు. అప్పటికే అతడిపై నీలం రంగు దుప్పటి కప్పి ఉంది.

కాసేపు అయ్యాక, నెమ్మదిగా గొంతు సవరించుకుని

"ఏమిటి నీ సమస్య? ఇక్కడికెందుకు వచ్చావ్?" అని అడిగాడు.

"నాకేమిటి, సమస్య లేనిదెవరికి? ఇక భూమ్మీదకు ఎందుకొచ్చామో, ఎలా వచ్చామో; ఇక్కడికీ అలాగే వచ్చా" అన్నాడు.

ఆ సమాధానంతో ఇన్ని రోజులుగా మందులతో మొద్దుబారిపోయిన అతడి శరీరంలో కొత్త అలజడి రేగింది. సైన్యంలో ఉన్నప్పుడు వాళ్ల దగ్గరకు చాలామంది వస్తారు. సాధువులు, సన్యాసులు, వైద్యులు, నిపుణులు..ఇలా వివిధ రంగాలవారు వచ్చి ఉపన్యాసాలు ఇస్తారు. కానీ, సినిమా వాళ్లు వచ్చినప్పుడే మీడియా కవరేజ్ చేయడంతో మిలట్రీవారిని కలవడానికి సినిమా స్టార్స్ మాత్రమే వస్తారని చాలామంది అనుకుంటూ ఉంటారు. అలా వచ్చిన వారిలో కొందరు స్వామీజీలు కూడా ఆత్మ, పరమాత్మ అనీ; ఈ బతుకు ఒక నాటకం అనీ, తమ కోసం కాకుండా, ఇతరుల కోసం ప్రాణాలు వొడ్డుతున్న సైనికుల జీవితం ధన్యమనీ ఉపన్యసిస్తూ ఉంటారు. కాకపోతే మిలట్రీవారిలో కూడా చాలామంది సామాన్యులు ఉండటంతో ఇలాంటి ఉపన్యాసాలను ఈ చెవితో విని ఆ చెవితో వదిలేసి; సినిమా స్టార్లతో కలిసి గంతు లేస్తూ ఉంటారు. మళ్లీ ఇన్నాళ్లకి ఇలా జనం మధ్య అటువంటి ప్రవచనంలాంటి వాక్యం అతని చెవిన పడింది.

'ఇప్పుడు తన పక్కన ఉన్నది సామాన్యుడు కాదు, కాస్త తెలివైనవాడే' అని అతడికి అనిపించింది. ఆ నమ్మకంతో అతడు దుఃఖపు మూటను విప్పాడు. తనకున్న దేశభక్తి, దేశానికి సేవ చేయడం కోసం సైన్యంలో చేరడం, అక్కడ అరివీరభయంకరంగా శత్రు సైన్యంతో తలపడటం అన్నీచెప్పుకున్నాడు. ఇకముందు కుంటివాడిగా బతకాల్సి వస్తుందనీ, దాని బదులు ప్రాణం పోయినా బావుండేదని వాపోయాడు.

"ఏది పోవాలో, ఏది ఉండాలో నిర్ణయించడానికి మనమెవరం? ఉన్నవాటితో ఎలా బతకాలన్నదే మనం ఆలోచించాలి? స్టీఫెన్ హాకింగ్ పేరు వినే ఉంటారుగా, అతడి శరీరక పరిస్థితి ఏంటో మీకు తెలుసా? మరి అలాంటి వ్యక్తి ఏమేం సాధించాడో మీకు తెలియదా? పోనీ, అంత గొప్పవాళ్ల సంగతి ఎందుకు.. కాలో, చెయ్యో లేకుండా బతుకు వెళ్లదీస్తున్నవారు మీ చుట్టుపక్కలవారిలో మీకు ఎప్పుడూ కనిపించలేదా? వారికి లేని అవయవాలు కలిగి ఉండటం తప్ప మనకు ఉన్న ఆధిక్యత ఏమిటి? అవయవ లోపం ఉన్నవారి కంటే, సర్వ అవయవాలు సవ్యంగా ఉన్నవారు అదనంగా సాధించినదేమైనా ఉందా? అవయవ లోపం ఉన్నవారితో పోలిస్తే, అవయవాలన్నీ ఉన్నవారు సమాజానికి అదనంగా చేస్తున్న మేలు ఏమైనా ఉందా?" అని పక్కమంచం మీదాయన ప్రశ్నించాడు.

అతడి మాటల్లో ఏదైనా తేడా ఉందాని ఆలోచించాడు. కాసేపు ఉన్నట్టు, మరికాసేపు లేనట్టు అనిపించింది. ఎలా స్పందించాలో అర్థం కాలేదు. అందుకే మౌనంగా ఉండిపోయాడు.

"ప్రాణం ఉంది కాబట్టే, నీకు కాలు లేదని తెలుస్తోంది. అదే లేకపోతే నీకేం తెలుస్తుంది?"అని ప్రశ్నించాడు పక్కాయన.

అనస్థీషియా ఇవ్వకుండా ఆపరేషన్ మొదలు పెడితే కత్తి పదును ఎలా తగులుతోందో, అలా సూటిగా తాకింది ఆ ప్రశ్న. అంత నిస్సత్తువలోనూ బలవంతంగా పక్కకు తిరిగి అతడిని చూడాలను కున్నాడు. విశ్వప్రయత్నమే చేశాడు. కానీ, అతడి వల్ల కాలేదు. కానీ, అతడి కాళ్లు కొంచెం కనిపించాయి. అలాగే చూస్తుంటే, దుప్పటి కింద ఒక కాలు లేనట్టుగా కూడా అనిపించింది. అతడిలో మరింత అలజడి చెలరేగింది.

"వైద్యశాస్త్రం అభివృద్ధి చెందిన ఈ రోజుల్లో కూడా కొన్ని అనుకోని అవాంతరాలు ఎదురవుతాయి. కొన్నికొన్నిసార్లు కొన్నిటిని కోల్పోక తప్పదు. సైన్స్ కూడా చేతులెత్తేసే సందర్భంలో కొమ్ములు తిరిగిన వైద్యులు మాత్రం చేయగలిగేదేముంటుంది?" పక్క నుంచి మరో ప్రశ్న.

'ఈయనెవరో నాపై ప్రశ్నల శరసంధానం చేయడానికే వచ్చినట్టున్నాడు' అనుకున్నాడు మనసులో. ఆ వెంటనే మనసులో పాత జ్ఞాపకాలన్నీ సుడులు తిరిగాయి. ముద్దులొలికే కూతురు గుర్తుకు వచ్చింది. అమాయకురాలైన పెళ్లాం ముఖం కళ్లముందు కదలాడింది. నెమ్మదిగా ప్రాణం మీద ఆశ రెపరెప లాడింది.

'అవును, కాళ్లు చేతులు లేనివాళ్లు ఎంతమంది బతకటం లేదు. తమ ఇంటికి రెండు సందుల అవతల పంచర్లేసేవాడికి ఒక కాలు లేదు. మెయిన్ రోడ్డు మీద బ్యాంకు దగ్గర సెక్యూరిటీ గార్డ్ డ్రస్‌లో నిలబడ్డతను ఒంటి చేత్తోనే అందరికీ ఫామ్‌లు అందిస్తుంటాడు.' ఇలా అనేకమంది గుర్తుకు వచ్చారు అతడికి. వీళ్లెవరినీ ఇంతకు ముందు ప్రత్యేకంగా గుర్తు పెట్టుకోలేదు.

'అవును, బతుకు బతకడంలోనే ఉంది. లేనివాటిని సాకుగా చూడటంలో దుఃఖమే ఉంది' అని అతడు నిర్ణయించుకున్నాడు. తీవ్రమైన ఉద్రేకపూరిత ఆలోచనల నడుమ ఎప్పుడు చీకటి పడిందో గమనించనే లేదు. ఆ రాత్రి ఎందుకో, అతడికి ప్రతి రోజూ వినిపించే 'టిక్.. టిక్..' శబ్దం వినిపించలేదు.

స్థిరమైన నిర్ణయం వల్ల కావచ్చు, జీవితంపట్ల ఒక స్పష్టత రావడం వల్ల కావచ్చు. ఆ రాత్రి అతడు హాయిగా నిద్రపోయాడు.

తెల్లారింది. కానీ, ఇంతకు ముందులా నీరసంగా, నిస్సత్తువగా కాదు. కొత్త ఉత్సాహం ఏదో అతడిలో ఉరకలేస్తోంది. ఏదో తెలియని సంతోషం కలుగుతోంది. ఆ సంతోషాన్ని పంచుకుందామంటే పక్క మంచం మీంచి ఏ శబ్దం రావడం లేదు. బహుశా, ఆయనింకా పడుకునే ఉన్నాడేమో అనుకున్నాడు.

రొటీన్‌గా అతడిని పరీక్షించడానికి వచ్చిన డాక్టర్లు, నర్సులు కూడా సంతోషంగా

కనిపించారు. రెండ్రోజుల్లో డిశ్చార్జ్ చేస్తామని చెప్పేశారు. అద్దంలోంచి బంధువులను చూసే అవకాశం కల్పించారు. భార్యాపిల్లల ముఖంలో ఆనందం కొట్టొచ్చినట్టు కనిపిస్తోంది. వీలైనంత తొందరగా వారి దగ్గరకు చేరిపోవాలనుందతనికి.

ఆ రెండ్రోజులూ రాత్రుళ్లు అతడికి ఆ 'టిక్.. టిక్..' శబ్దం వినవస్తూనే ఉంది. తాను కోలుకుని బయటకు వెళ్లిన తరువాత దాని సంగతి తేల్చుకోవాలని అనుకున్నాడతను.

చెప్పినట్టుగానే డాక్టర్లు అతడిని రెండ్రోజుల తరువాత డిశ్చార్జ్ చేసేశారు. వేసుకోవాల్సిన మందులు, తీసుకోవాల్సిన జాగ్రత్తలు చెప్పారు. అతడు, భార్య అనేక విధాలుగా డాక్టర్‌కు కృతజ్ఞతలు చెప్పారు. ఆ డాక్టర్ కాస్త మొహమాట పడుతూ "ఇందులో నేను చేసిందేమీ లేదు. మీరు మొదట్లో బాగానే ఉన్నారు. ఫరవాలేదు, కోలుకుంటారని అనుకున్నాం. కానీ, మీ పక్క బెడ్‌లో పేషెంట్ పోయే సరికి మీరు చాలా డీలా పడిపోయారు. అది మీ శరీరంపై చాలా ప్రభావం చూపింది. ఇక మీరు దక్కరనే.."అంటూ అర్థోక్తిగా ఆపేస్తూ అతడినీ, భార్యను చూశాడు.

దంపతులిద్దరూ కళ్ల నీళ్లు పెట్టుకున్నారు. బిడ్డను దగ్గరగా తీసు కున్నారు.

భార్యకు తెలియకపోవచ్చు. కానీ, తనకు తెలుసు. ఆ రాత్రి తన పక్క మంచం మీదకు వచ్చిన కొత్త పేషెంట్ తనతో జరిపిన చర్చ. అది తనలో నింపిన జీవనోత్సాహం. ఆ పేషెంట్ వివరాలు తెలిస్తే బావుండును, ఓసారి కలిసి కృతజ్ఞతలు చెప్పుకుందాం అనుకున్నాడు.

డాక్టర్ తన మాటలు కొనసాగిస్తూ "అటువంటి మీరు కోలుకునేలా అన్ని చర్యలు తీసుకున్నది ప్రఖ్యాత మానసిక వైద్య నిపుణులు. ఆయన నిరంతరం వార్డుల్లో తిరుగుతూ రోగుల బాగోగులను ఎంతో శ్రద్ధగా పట్టించుకుంటారు. వారిని మీకు ఇప్పుడు పరిచయం చేస్తా" అంటూ పక్కగదిలోకి దారితీశాడు.

డాక్టర్ వెనుకే భార్యాభర్తలిద్దరూ వెళ్లారు. బట్టతలతో, పండిన కాసిన్ని వెంట్రుకలతో, మెరిసే కళ్లతో ఉత్సాహంగా కనబడ్డాడు ఆ నిపుణుడు. దంపతులిద్దరూ కాళ్లపై పడబోయారు. ఆయన వారించాడు. కన్నీళ్ల పర్యంతమవుతూ కృతజ్ఞతలు తెలిపారు. ఆయన వారికి మరిన్ని జాగ్రత్తలు చెప్పి పేషంట్లను చూడటానికి వార్డు వైపు కదిలాడు తన కృత్రిమ కాలు 'టిక్.. టిక్..' అని శబ్దం చేస్తుండగా.

'అంటే, ఆ రాత్రి పేషెంట్‌లా తన పక్క మంచంపై చేరి, తనలో బతుకుపై ఆశలు రేకెత్తించి, కోర్కెల రెక్కలు తొడిగింది ఇతనేనన్నమాట' అనుకున్నాడు.

కృతజ్ఞతాపూర్వకంగా వంగుని ఆ మానసిక వైద్యుడి కుర్చీకి మనస్ఫూర్తిగా నమస్కారం చేశాడు.

10 ఆగస్ట్ 2020

28 ఆగస్టు 2020
నహారి.ఇన్

6

అనేకానేక బల్లులు ఒకేఒక్క ఫ్లాష్‌బ్యాక్

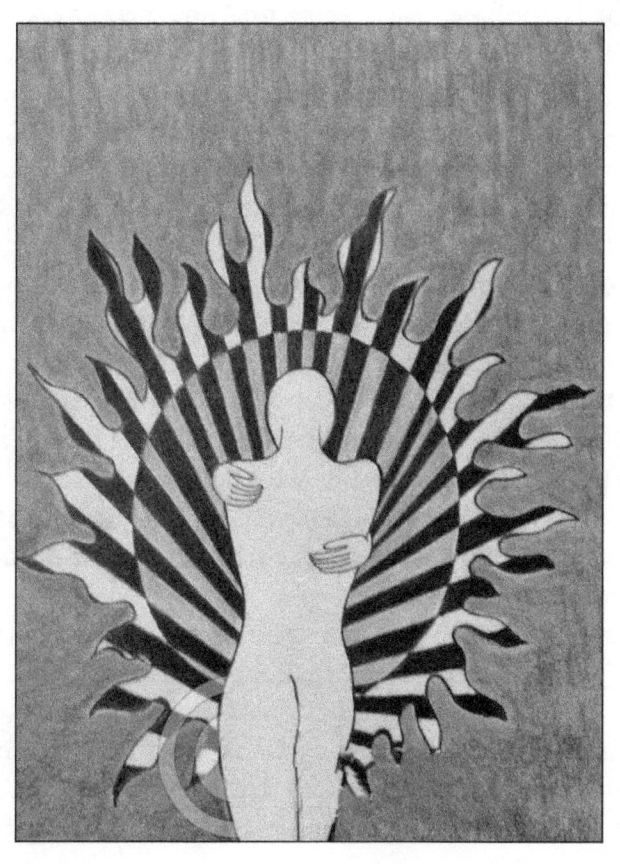

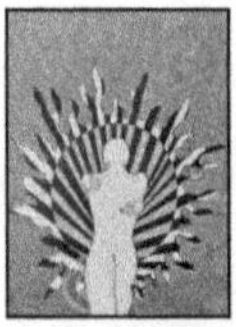

బల్లంటే బల్లే. కానీ, ఫ్లాష్‌బ్యాక్ అంటే గతం తాలూకు జ్ఞాపకాల బ్లాక్ అండ్ వైట్ పాత సినిమా రీలు కాదు. ఫ్లాష్ ఉన్న బ్యాక్ అన్నమాట. ఆ ఫ్లాషేమిటో, దాని బ్యాకేమిటో తెలుసుకునే ముందు మీరు అతడి గురించి తెలుసుకోవాలి. అతడెవరనేది ప్రత్యేకంగా చెప్పక్కర్లేదు. శతకోటి లింగాల్లో ఓ బోడి లింగం అని చెప్పకపోయినా మీరు గ్రహిస్తారు. అతడి భార్య గురించి అసలేమీ చెప్పను. ఎందుకంటే, పరాయివారి ధర్మపత్నుల గురించి మనం మాట్లాడుకోవడం భావ్యం కాదని మీకు తెలుసు కదా.

అనుకున్నట్టుగానే ఆమె ఈ ఆధునిక కాలంలో కూడా ధర్మపత్నే. అందుకని పొద్దున్నే తన భర్తకి కాఫీ కలపడం కోసం వంట గదిలోకి వెళ్లి లైటు వేసింది. వెళ్లేప్పుడు అన్ని గదుల్లో కనిపించే దేవుడి పటాలకు నమస్కరించుకుంటూ, ఆవేళ ఏం వారమో గుర్తు చేసుకుని సంబంధిత దేవుళ్ల దగ్గర కాస్త ఎక్కువసేపు ఆగి కళ్లు మూసుకుని, లెంప లేసుకుంటూనే వెళ్లింది. అయినా, కాఫీ నీళ్లు పడేయాల్సిన గిన్నెకంటే ముందు ఆమెకు బల్లి కనబడింది. మామూలుగా అన్ని కథల్లోలాగే ఆమె కూడా

"యావండోయ్.. బ.. బ.. బల్లి"అనే అరిచి, వంటింట్లోంచి బయటకు ఒక్క గెంతు గెంతింది. లేకపోతే ఆయా రచయితల మనోభావాలు దెబ్బతినే అవకాశం ఉంది కదా.

కానీ, ఆయనేమీ పరిగెట్టుకుంటూ రాలేదు. భయంతో వణుకు తున్న ఆమెను చంకనెత్తుకోలేదు. అందుకు కారణం వయసు అనుకున్నా, కౌగిట్లోనూ బంధించకపోవడానికి మాత్రం వారిద్దరికీ ఉన్న పొట్టలే కారణం.

'అయ్యా వచ్చే వరకూ అమావాస్య ఆగదు' కాబట్టో, లేక 'ఆమెను భయపెట్టాంగా, చాల్లే' అనే సంతోషంతోనో బల్లి కూడా చల్లగా ఎక్కడికో జారుకుంది. అయినా, ఆమె నైటీ విదిలించుకుంటూ అటూఇటూ కంగారుగా చూస్తూనే ఉంది.

ధర్మపత్నులు నైటీలు వేసుకో కూడదనే రూలేంలేదని మీరిక్కడ గుర్తుంచు కోవాలి.

ధర్మపత్ని అయినంత మాత్రాన కోపం రాకూడదని కూడా రూలేం లేదు కాబట్టి, పిలిచిన వెంటనే రానందుకు ఆయనకు చెడామడా చివాట్లు వేసింది. అతను కూడా పరమ ధర్మాత్ముడిలా నెమ్మదిగా తలదించుకుని వెళ్లిపోయాడు. అతడలా వెళ్లిపోతుంటే ఆమెకు పారిపోయిన బల్లే గుర్తుకు వచ్చింది.

అతడు త్వరత్వరగానే రెడీ అయ్యి ఆఫీసుకు బయల్దేరాడు. అయినా, యథాప్రకారం ఆలస్యం అయ్యింది. అప్పటికే బాస్ వచ్చి క్యాబిన్‌లో దూరేశాడు. కాబట్టి ఇక సచ్చినట్టు లోపలికి వెళ్లి రోట్లో తల పెట్టాల్సిందే. బాస్ ముఖంలో బాస్ కళ ఉట్టిపడుతుండటంతో చిచ్చర పిడుగులా చెలరేగిపోయాడు. మనవాడు 'ఎప్పటి లాగే శవంలోని భేతాళడు తిరిగి చెట్టు ఎక్కినట్టు' తల వంచుకుని బల్లిలా బయట పడ్డాడు. కొలీగ్స్‌కు బెదిరిపోయిన బల్లి 'బితుకు.. బితుకు..'మంటూ చూసినట్టు కనిపించాయి అతడి చూపులు. అతడికి కూడా వాళ్లంతా తమ కోటా పుచ్చేసుకున్న బల్లుల్లాగే కనబడ్డంతో నిశ్శబ్దంగా బల్లుల్లో బల్లిలా కలిసిపోయాడు.

కాసేపటికి అంతా ప్రశాంతత నెలకొంది. ఎవరి పనుల్లో వాళ్లు సర్దుకున్నారు. మధ్యాహ్నం అంతా క్యాంటీన్‌కు వెళ్లి ఎవరి డబ్బాలు వారు తెరుచుకుని భోజనాలు కానిచ్చారు. చారులు, పచ్చళ్లు ఇచ్చిపుచ్చుకుని ఒకరికొకరు సుహృద్భావాన్ని చాటు కున్నారు. మధ్యాహ్నం కాస్త నిద్రముఖాలు పెట్టుకున్నా. సమయం ముగింపుకు వచ్చే సరికి 'బిడ్డకు విడుదల' అనే ఉత్సాహంతో పనిచేస్తుండగా ఓ హఠాత్పరిణామం ముంచుకు వచ్చింది.

ఆఫీసులోని పైఫ్లోర్‌లో ఉండే ఎండీ విసవిసా లోపలికి వచ్చింది. నిజానికి వాళ్లాయనే ఆ కంపెనీకి ఎండీ. కానీ, ఆయన ఎప్పుడూ టూర్స్ లో ఉండటం వలన అవిడే ఆ కంపెనీ వ్యవహారాలన్నీ చక్కబెడుతుంది. కాబట్టి అంతా ఆమెనే ఎండీగా భావిస్తారు. ఆమె ఎప్పుడు వచ్చినా ఒక్కత్తే వస్తుంది. కానీ, ఎందుకనో అందరికీ ఆమె చుట్టూ వందలాదిమంది ఉన్నట్టు, పెద్ద ప్రవాహంలా, హోరుగాలిలా వస్తున్నట్టు అనిపిస్తుంది.

ఆమె రాకను పసిగట్టిన బాస్ గబగబా బయటకు వచ్చి పాత సినిమాల్లోలా చేతులు కట్టుకోకుండా హుందాగా విష్ చేశాడు. కానీ, ఆమె మాత్రం పాత సినిమాల్లో లాగా వాటిని ఏమాత్రం పట్టించు కోకుండా "ముంబై కంపెనీ ప్రొఫైల్ అప్‌డేట్ చేసి ఇవ్వమన్నా కదా. ఎందుకని లేట్? రెడీ కాలేదా?"అని ఇంగ్లీషులో చాలా కూల్‌గానే అడిగింది.

లోపల వస్తున్న వణుకును లోపలే దాచుకున్న బాస్ 'చంద్ర ముఖి గంగలా' మారినట్టు-పులిలాంటి బాస్ బల్లిలా మారి "అయిపోయింది మేడమ్, పంపిస్తా" అన్నాడు.

"ఎల్లుండి సండే, రేపు ఎట్టి పరిస్థితిల్లో అది వెళ్లిపోవాలి. ఇప్పుడు నాకు బయట మీటింగుంది. రేపు ఫస్ట్ అవర్‌లో పంపండి" అని వెనుదిరిగింది.

అలా వెనుదిరిగినంత మాత్రాన ఆమె వెళ్లిపోదని అనుభవం మీద తెలిసినవాడు కాబట్టి, బాస్ కాస్త నెమ్మదిగా ఆమె వైపు పాకాడు-సారీ, రెండడుగులు అటువైపు వేశాడు. అతడు ఊహించినట్టుగానే ఆమె కాస్త పక్కకు తిరిగి అతడు వస్తున్నట్టు గ్రహించి "టైమ్ మెయిన్ టైన్ చేయండి. అనుకున్నవి అనుకున్నట్టు జరగాలి. లేకపోతే జరిగే నష్టానికి మీరు బాధ్యత వహిస్తారా?"అని మెత్తగా రుసరుసలాడింది.

"లేదు మేడమ్, అలాగే మేడమ్"లాంటి సమాధానాలతో ఆమె వెనకే పాకుతున్న- అదే నడుస్తున్న బాస్‌ని చూసి "అనుకుంటాంగానీ, పాపం బాస్‌ది కూడా మన బల్లి జాతేరా" అనుకున్నారు అక్కడి ఉద్యోగులంతా. అనుకున్నారు కాబట్టి ఆ సౌభ్రాతృత్వాన్ని చాటుకోవ డానికి అన్నట్టు ఓ గంటలేటైనా ఆ కంపెనీ పని పూర్తిచేసి వెళ్లాలని నిర్ణయించుకున్నారు.

"మీ వల్లయ్యా, అంతా మీ వల్లే. నేను అనవసరంగా దొబ్బులు తింటున్నా" అని అరవాలనుకున్నా; ఇప్పుడు వారితో అత్యవసరమైన పని ఉన్నందువల్లో లేక బల్లుల్లాంటి వారిని కంగారు పెడితే అసలుకే మోసం వస్తుందనో.. ఆ అరుపులను మరోసారికి వాయిదా వేసుకుని నిశ్శబ్దంగా వారిని పరిశీలిస్తూ బాస్ తన స్థానంలోకి వెళ్లిపోయాడు.

అందరూ తలో చేయి వేసుకోవడంతో పని మరీ ఆలస్యం ఏమీ కాలేదు. అయినా, మధ్యలో భార్య నుంచి వచ్చిన రెండు ఫోన్ కాల్స్ ను సైలెంట్‌లో పెట్టేశాడు. అతడు బయటకు వచ్చేసరికి చీకటిలో వాహనాలు, షాపింగ్ మాల్స్ లైట్లతో ధగధగలాడుతున్నాయి. ఆమెకు ఫోన్ చేసి లేటయిన కారణం చెబుదామనుకున్నాడు. మాట్లాడటానికి ముందు ఏదైనా మెసేజ్ పెట్టిందేమోనని వాట్సప్ ఓపెన్ చేశాడు. అక్కడి మెసేజ్‌లు చూస్తుంటే ఆ రోజు ఒక సభ ఉన్నట్టు గుర్తుకు వచ్చింది. అలా సభలకు వెళ్లడం ఎప్పుడో మానేశాడు. అయినా, అలవాటుగా ఎవరో ఒకరు వాట్సప్‌లో ఫార్వర్డ్ చేస్తారు. కానీ, ఇవాళ ఎందుకో వెళ్లాలనుకున్నాడు.

మొదట్లోనే చెప్పుకున్నట్టు మనవాడి బ్యాక్‌లోని ఫ్లాష్ ఇదేనన్న మాట. ఇలా సింపుల్‌గా చెప్పేస్తే సరిపోదు. 'ఇప్పుడంటే ఇలా ఉన్నాడు గానీ.. ఒకప్పుడు మనవాడు అబ్బో.. మామూలు వాడు కాదు' అనే రేంజ్‌లో చెప్పుకోవచ్చు. మరో రకంగా చెప్పాలంటే మనవాడు బల్లి కాదు.. బెబ్బులి. పులి చంపిన లేడి నెత్తురు కాకపోయినా, బుక్కాగుండ వంటి నిండా చల్లుకున్నవాడు. విప్లవాలేమీ చేయకపోయినా 'అమ్మా నను కన్నందుకు విప్లవాభివందనాలు' అని పాడుకున్నవాడు. మహా కవి అనిపించు కోవాలని కోరికలేమీ లేకపోయినా 'చాలా బావున్నాయ్' అనే అందరి ప్రశంసలు పొందే

కవిత్వం రాసినవాడు. ఎప్పుడూ పోలీస్ స్టేషన్ మెట్లు ఎక్కాల్సిన సదవకాశం లభించలేదుగానీ.. కేంద్ర, రాష్ట్ర ప్రభుత్వాలు చేపట్టిన పలు విధానాలకు వ్యతిరేకంగా అప్పుడప్పుడు నిరసనల్లో పాల్గొన్నవాడు. నల్లబ్యాడ్జీలు పెట్టుకుని ఆఫీసుకు కూడా వెళ్లి తన అభిప్రాయాలను నిర్మొహమాటంగా ప్రకటించేవాడు. టీలు తాగుతూ గంటలు, గంటలు చర్చలు జరిపేవాడు. ఒకోసారి అవి తీవ్రస్థాయిలోకి వెళ్లి, అక్కడి నుంచి ఆఫీసులోకి పాకి ఉద్యోగం మీదకు వచ్చి పడినా చలించనివాడు. అప్పుడు మళ్లీ వేరే చోటు వెతుక్కునేవాడు. అంతమాత్రాన బాధ్యతల బరువు తెలియనివాడేమీ కాదతడు. కాకపోతే, ఆవేశమో, ఆదర్శమో నడిపించేవతడిని. మొన్నీ మధ్య వరకూ కూడా అతను అలాగే ఉన్నానని అనుకునేవాడు.కానీ, డార్విన్ పరిణామ సిద్ధాంతంలా చాలా నిశ్శబ్దంగా, క్రమంగా జరిగిన పోయిన మార్పు గురించి ఈ మధ్యే ఎరుకలోకి వచ్చాడు. అప్పటి నుంచే అతడిలో కాస్త భయంలాంటిదేదో చోటు చేసుకుంది. అప్పటి నుంచే అతడి బతుకు బల్లయిపోయింది.

ఈ అసహనం అతడిలోనే కాదు, అతడిలాంటి చాలామందిలో ఉంది. అయితే, దీనికి వ్యతిరేకమైన అసహనం కూడా దేశంలో పెరిగిపోతోంది. దీన్ని ఎదుర్కోవడానికి అన్ని శక్తులూ ఏకం కావాలని సభలో పలువురు వక్తలు పిలుపు నిచ్చారు. ఆశ్చర్యం ఏమిటంటే అతడు ఆ సభ జరుగుతున్న హాలులోకి ప్రవేశించగానే అందరూ బల్లుల్లాగే కనబడ్డారు. వక్తల్లో ఒకాయన ప్రొఫెసర్ అయితే మరొకాయన కవి. ఇంకొకాయన కూడా సాహితీవేత్తే. కానీ, ఆయన ఏం రాశాడో అక్కడున్న ఎవరికీ తెలీదు. అతను వెళ్లేప్పటికే మొదలైపోయిన సభలో బల్లులు- అదే ప్రేక్షకులు పలచగానే ఉన్నారు. ఒకప్పుడు ఇదే స్పీకర్లు మాట్లాడుతుంటే హాళ్లు కిక్కిరిసిపోయేవి. కాకపోతే, అప్పుడు వాళ్లు ఇలా బల్లుల్లా ఉండేవారు కాదు. దానికితోడు వేర్వేరు పేర్లతో ఎవరి కుంపటి వారు పెట్టుకోవడంతో వచ్చే కాసిని బల్లులు అటూఇటూ చెదిరి పోయాయి.

సభ ముగిసింది. బల్లులన్నీ తమ అవతారాలని కాస్త సవరించుకుంటూ బయటకు వచ్చాయి. సిగరెట్లు, టీలు, సెండాఫ్‌లతో అందరూ గుమిగూడుతున్నారు. గతానికి భిన్నంగా చాలామందికి కార్లు ఉండటం అతడికి తెలిసిందే. అయితే, ఈసారి ఒకటి, రెండు ఖరీదైన కార్లు కూడా ఉండటం అతడిని మరింత నిరుత్సాహపరిచింది. 'నరుడు వానరుడుగా మారే క్రమంలో శ్రమ నిర్వహించిన పాత్ర'అని మార్క్స్ రాసినట్టే 'మనుషులు బల్లులుగా మారే క్రమంలో భయం నిర్వహించిన పాత్ర'అని ఒక వ్యాసం రాయాలని అతడు ఎప్పటినుంచో అను కుంటున్నాడు.

ఇంతకుముందు ఎవరైనా కారు కొనుక్కుంటే-అది కూడా చాలా మామూలు కారు-చాలా సిగ్గుపడిపోయేవారు. నడుంనొప్పనీ, డాక్టర్ బండి నడపొద్దన్నాడనీ సంజాయిషీలు కూడా అడక్కుండానే ఇచ్చేవారు. కానీ, ఇప్పుడు తమ ఖరీదైన కార్లను ప్రదర్శించడానికి ఏమీ మొహమాటపడటంలేదు. సరికదా, వాటిలోని అత్యాధునిక

సౌకర్యాల గురించీ, అవి కారుల్లో ఏర్పాటు చేయడానికి అయ్యే ఖర్చు గురించీ చాలా ఓపెన్‌గా డిస్కస్ చేస్తున్నారు. తాము నిచ్చెన ఎక్కడానికి అవసరమైనవారినీ, ఉపయోగపడతారని అనుకున్నవారినీ దారిలో విడిచిపెడతామని ఆ ఖరీదైన కార్లలో తోలుకుపోతున్నారు.

ఇంతలో అతడిని చిరకాల మిత్రుడు పలకరించాడు. ఎన్నో ముసుగులు తొడుక్కునే ఎందరి మధ్యో ఏ ముసుగులూ లేకుండా మాట్లాడుకునే స్వేచ్ఛ వీళ్లిద్దరి మధ్యా ఉంది. మరీ ముఖ్యంగా చెప్పుకోవాల్సిందే మిటంటే ఒకరి ముందొకరు బల్లి అవతారం ఎత్తరు. ఇద్దరూ ఆ జనానికి కాస్త దూరం జరగడానికి నడక ప్రారంభించారు. సందు చివరకు వచ్చి ఛాయ్ చెప్పి, సిగరెట్ వెలిగించారు. ఇంతలో ఓ కారు వాళ్ల పక్క నుంచి వెళుతూ ఆగింది. అందులోంచి ఓ రచయిత దిగి వీళ్లిద్దరినీ పలకరించాడు.

"ఏంటి డ్రైవింగ్ చేయడం లేదా, దర్జాగా వెనక నుంచి దిగారు" అన్నాడు మిత్రుడు

"ఎందుకు రిస్క్ అని మానేసానబ్బా. డ్రైవర్‌ని కూడా ఆఫీసు వాళ్లే ఇస్తారు. మనకేం పడదు" అన్నాడా రచయిత.

"అన్నట్టు మర్చిపోయా, మంచి రెస్పాన్స్ వచ్చింది మీ ఆర్టికల్‌కి. యూఎస్ నుంచి కూడా మన వాళ్లు ఫోన్ చేశారు. కాపీలు పంపాలి. ఎవరైనా వెళుతున్నట్టు తెలిస్తే చెప్పండి. నేను మాట్లాడతా" అని కాసేపు మాట్లాడి వెళ్లిపోయాడాయన.

ఆయన అలా వెళ్లగానే మిత్రుడిపై విరుచుకుపడ్డాడు.

"వీడి మొదటి పుస్తకం తప్ప దేంట్లోనైనా కవిత్వం ఉందా? రెండో పుస్తకంలోంచే మార్పు కనిపించిందని నువ్వు కూడా అన్నావ్. మర్చిపోయావా?" అన్నాడు.

"నువ్వింకా మొదటి రెండు పుస్తకాల దగ్గరే ఉన్నావ్. అసలు ఆయన ఎన్ని పుస్తకాలేశాడో తెలుసా?" అంటుండగానే మిత్రుడిని అడ్డుకున్నాడు.

"వాడు కాస్తా, ఆయనెప్పుడయ్యాడ్రా" అన్నాడు ఆశ్చర్యంగా.

"హే.. అదేం లేదు. కాస్త పెద్దవాడయ్యాడు కదా, అందుకని.." నసిగాడు.

మళ్లీ ఏమనుకున్నాడో "కాసేపు ఉంటావా? ఫర్వాలేదా?" అన్నాడు.

"ఫర్వా అంటే లేనట్టే.." అన్నాడు చిన్నగా నవ్వి.

ఇద్దరూ మరికాస్త దూరం నడిచి వైన్ షాపుకు చేరుకున్నారు. కావలసినవన్నీ మిత్రుడే కొంటుంటే "ఉండుండు, నేను కూడా ఇస్తా" అని జేబులోంచి రెండు వందలు తీసిచ్చాడు. ఇద్దరూ పక్కనే ఉన్న పర్మిట్ రూంలో దూరారు. అక్కడంతా చిత్తడిగా, చిరాగ్గా ఉంది. కానీ, ఇద్దరూ అదేం పట్టించుకోలేదు.

కాస్త గొంతు తడిసిన తరువాత అసలు చర్చకు తెరతీశాడు మిత్రుడు. "ఏమోరా, మనకు చేతగాక పోవడం వల్ల ఎదగలేదేమో? లేకపోతే.." అన్నాడు.

"చేతగానితనం అనకు. నాకు మండుతుంది. ఎదగడం అంటే ఏమిటనే దానికి మనం ఇచ్చుకునే నిర్వచనంపై ఆధారపడి ఉంటుంది. ఎలాగైనా ఎదగాలను కుంటే, ఆ మాత్రం ఎదగలేకపోదుమా" అన్నాడు.

"అనుకుంటాంగానీ, అది కూడా అంత సులువేం కాదు" అని మరో గుక్క తాగి "సర్లే, అందరూ మనలాగే ఉంటారా ఏం? అవకాశం వస్తే అందిపుచ్చుకుని.."

"అవకాశం వస్తే అందిపుచ్చుకోవద్దని అనడం లేదు. అంచె లంచెలుగా లభించే ఉద్యోగపరమైన ప్రమోషన్లనూ కాదనడం లేదు"

"మరి దేన్నీ కాదన్నప్పుడు ఇంక గొడవేముంది?"

"గొడవేముందంటే.. ఎదగడం కోసం అర్రులు చాచడం. అన్నిటినీ తుంగలోతొక్కి దిగజారడాన్ని ఎదగడం అనుకోవడం. అందుకు వర్గం, మతం, కులం, ప్రాంతం అన్నీ అడ్డం పెట్టుకోవడం. అలా సాధించుకున్న ఐశ్వర్యంతో అచ్చొత్తి కట్టలు, కట్టలు సాహిత్యం వెదజల్లడం, ఇంకాసిని కట్టలు పడేసి దాన్ని ప్రమోట్ చేసుకోవడం, డబ్బుతో దేన్నయినా సాధించవచ్చని దర్పాన్ని ప్రదర్శించడం.."

"ఏంటి తమిళంగానీ నేర్చుకున్నావా? అన్నీ సున్నంబాకం, మీనంబాకం టైపులో మాట్లాడుతున్నావ్" అంటూ భళ్లున నవ్వాడు మిత్రుడు.

అతడికి అర్థమయ్యింది. మిత్రుడు కావాలనే చర్చను విర మించుకున్నాడని. అంతేకాదు, ఇంతకాలం మడిగట్టుకు కూర్చున్నం దుకు సిగ్గుపడుతున్నాడనీ, దాన్ని ఛేదించుకుని బయటపడే క్రమంలో సతమతమవుతున్నాడనీ. ఎగబాకే వాళ్ల అరికాళ్లకు ఆయిల్ రాస్తూ తానూ ఎదిగిపోతున్నాననే భ్రమలో ఉన్నాడని కూడా గ్రహించాడు.

ఎంత మత్తులో ఉన్నా, ఇతడి కంటే రెండాకులు ఎక్కువ చదివినవాడు ఆ మిత్రుడు. గతంలో లోపల కూడా పనిచేసిన వాడు. తనను పూర్తిగా తీసి పారేశాడనీ, తన పతన పరాకాష్టను అర్థం చేసుకున్నాడని కూడా గ్రహించాడు.

"కాలం మారింది బాస్, ఒకప్పటిలా ఎలా కుదురు తుంది. ఇప్పుడు దేశమంతా అసహనం పెల్లుబుకుతోంది. మనలాంటి వాళ్లం అంతా ఒక్క గొంతుతో కాదు, వది గొంతుకలతో కలిసి అరవాల్సిన సమయం. కానీ, అరవగలమా?అంతవరకూ ఎందుకు కనీసం చిన్నగా గుసగుసగానైనా మాట్లాడుకునే పరిస్థితి ఉందా? మహామహా నేతలకే ఊపిరాడ్డం లేదు. వికలాంగులు, వృద్ధులపై సైతం ఎటువంటి జాలీ, దయా చూపడం లేదు. ఆందోళనలు, రాస్తారోకులు, రైల్ రోకోలు, బంద్‌లు ఏవీ లేవు. ఏదో సోషల్ మీడియాలో మనలాంటి వాళ్లం మేమింకా బల్లులం కాదు అని చెప్పుకోవడానికి వేసే వేషాలకు స్పందన ఏముంటుంది, ఉంటే రివర్స్‌లో తప్ప? రేపు ఎట్నుంచి ఎటొచ్చినా మనల్ని ఆదుకోవాలంటే వీళ్లే దిక్కు. మన కుటుంబాలకు కూడా ఓ రూపాయి ఇచ్చేది వీళ్లే. పార్టీలూ, పెద్దలూ ప్రకటనలు మాత్రం ఇస్తారు. మాటలు చెబుతారు. అయినా, నువ్వు గుర్తించావో, లేదో..వాళ్లు

ఎప్పుడో చేతులెత్తేశారు, మీ సంక మీరు నాక్కోండిరా అని. మనమేదో పులుపు చావక ఇంకా గొణుక్కుంటున్నాం" అన్నాడు.

కాసేపటికి మరో పెగ్గు దాటేసరికి ఆ గిల్ట్ ఫీలింగ్ కూడా వదిలేసి "చూద్రా, నేనెంతో కవిత్వం రాశా. రాశిలో కాకపోయినా, వాసిలో ఎన్నదగిన కవిత్వం నువ్వు కూడా రాశావ్. నీ పుస్తకం ఇప్పటి వరకూ రాలేదు. అప్పుడప్పుడు రాసినవన్నీ ఒక దగ్గర లేకుండా నువ్వు ఎవరినైనా ఎలా రీచ్ అవుతావ్? నా పుస్తకం కూడా తన కూతురు పేరున పబ్లిషింగ్ పెట్టి ఆయనే వేశాడు. నీకు తెలుసు నేను కవిత్వంతో సమానంగా విమర్శ కూడా రాశానని. అవి కూడా వేద్దామంటున్నాడు, చూడాలి. మనం ఎప్పుడెప్పుడో రాసినవి ఇప్పటి తరానికి అందుబాటులోకి తేకుండా, మనం గొప్ప అని నా భుజం నువ్వూ.. నీ భుజం నేనూ చరుచుకుంటే సరిపోతుందా?" అని నేరుగా నిలదీశాడు.

'మిత్రుడు మాట్లాడే వాటిల్లో వాస్తవాలు, తర్కాలు అతడికి తెలియనివి కావు. కానీ, ప్రస్తుతం పరిస్థితులు అలా అతడితో మాట్లాడిస్తున్నాయ్' అని అతనికి అర్థమయ్యింది. అందుకు ప్రధాన కారణం భయం అని కూడా అర్థమైంది. భయంతోనే అందరూ బల్లులైపోతున్నారనే నిజం భళ్లున బయట పడేసరికి అతడికి నిజంగానే ఊపిరాడలేదు. న్యాయంపై కూడా పెత్తనం చేస్తున్న నియంతృత్వం గుర్తుకొచ్చి ఉక్కిరిబిక్కిరి అయ్యాడు.

మిగిలినదాన్ని గ్లాసెత్తి గటగటా తాగేశాడు. వెంటనే అతను మునుపటిలా బల్లిలా మారిపోయాడు. వెంటనే ఎదురుగా ఉన్న స్నేహితుడు 'మన నిజస్వరూపం ఇదే' అన్నట్టుగా అభినందిస్తూ కౌగిలించుకున్నాడు. తూలుకుంటూ, పాక్కుంటూ ఇద్దరూ రోడ్డు మీదకు వచ్చి ఎవరింటి దారి వారు పట్టారు. స్నేహితుడు వెళ్లిపోయాక అతడు తన బండి తీస్తుండగా ఒంటేలు పోవాల్సిన అవసరం ఏర్పడింది. వెంటనే ఎదురుగా గోడ కనిపించింది. పని కానిస్తుండగా, ఖాళీగా ఉన్న ఆ గోడపై కొత్త నినాదం రాయాలని మనసు పుట్టింది.

'భయం మనిషిని బల్లిని చేయును' అని రాయాలనుకున్నాడు.

కానీ తానిప్పుడు బల్లి అనే విషయం వెంటనే స్ఫురించింది-అంత మత్తులోనూ. రేపు తెల్లారాకా.. మనిషిగా మారాకా.. తప్పకుండా రాయాలి అనుకుంటూ వెనక్కు వచ్చి బండి ఎక్కేశాడు. ఎందుకంటే, 'అరచేతిని అడ్డుపెట్టి సూర్యోదయాన్ని ఆపలేరు' అని ఆయన అంత రంగం బలంగా నమ్ముతోంది మరి.

బండి మీద వెళుతున్న బల్లిని ఎవరూ వింతగా చూడలేదు. ఎందుకంటే బల్లులకు బల్లులు వింతగా కనబడవు కదా.

15 ఆగస్ట్ 2020

జనవరి 2021

పాలపిట్ట మాసపత్రిక

7

దెయ్యాల పండుగ

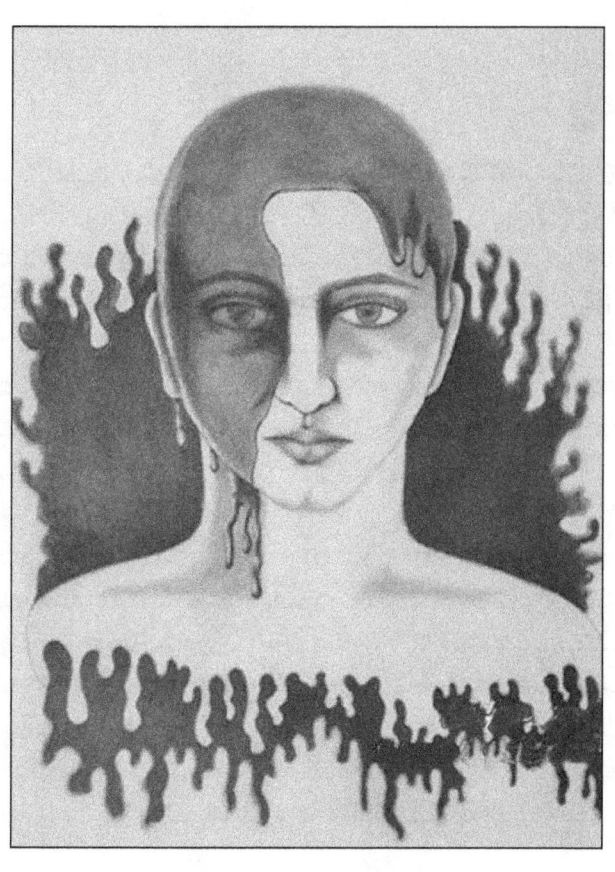

దేవుళ్లనీ, దేవతలనీ పూజించేవారుంటారు. కానీ, ఎక్కడైనా దెయ్యాలను పూజించే వారుంటారా?

ఇప్పుడీ దేవుళ్లు, దెయ్యాల గొడవ ఎందుకంటే, అందుకు కారణం వాళ్లావిడ. నిన్నటి వరకు లక్షణంగా ఉండేది. 'ముత్యాల ముగ్గు' సినిమాలో సంగీతంత కాదుగానీ, ఏదో 'కాకి పెళ్లాం కాకికి ముద్దు' అన్నట్టు వాళ్లావిడ కూడా పాటలు పాడకపోయినా, పనిపాటలు బాగానే చేసుకునేది. ఏమైందో ఏమో పొద్దున్నించీ విపరీతాలు మొదలయ్యాయి. ఇంటిని దెయ్యాల కొంపలా మార్చేసింది. క్షమించాలి, 'దెయ్యాల' కాదులెండి, 'దెయ్యం' కొంపలా మార్చేసిందనే అనాలి. ఎందుకంటే, నేనింకా దెయ్యాన్ని కాలేదుగా!

అదేంటో రాత్రికిరాత్రే ఇల్లంతా బూజులు పట్టేశాయి. ఎప్పుడో మూలపడేసిన పాత సామానులు, అవీ హాల్లోకి వచ్చి పడ్డాయి. వీటికి తోడు గోడల మీద అక్కడక్కడ ఎర్రటి చేతిగుర్తులు. వీటన్నిటినీ చూస్తూ ఠారెత్తి పోయాడతను. అసలే కొత్త పెళ్లాం. ఇంకా రెణ్ణెల్లు కూడా కాలేదు, పెళ్లై. ఇంతలో ఏమైందా అని జుట్టు పీక్కోబోతుంటే, జుట్టు విరబోసుకుని-శశిరేఖ వేషంలో ఉన్న ఘటోత్కచుడిలా చేతులు రెండూ ఎడంగా పెట్టుకుని, పెద్ద పెద్ద అంగలు వేస్తూ హాల్లోకి వచ్చింది భార్యామణి. స్టిక్కర్ తీసేసి, కుంకుమ బొట్టు పెట్టుకుంది. దాన్ని కూడా కనుబొమల నుంచి నుదిటి

చివరి వరకూ వీరతిలకంలా దిద్దుకుంది. డబ్బాడు పౌడరూ ముఖానికి మెత్తుకుందను కుంట, అది కాస్తకాస్త రాలుతోంది. పెళ్లిపీటల మీద ఒక బుగ్గపై పెట్టిన చుక్కను గుర్తుచేస్తూ ఇప్పుడు రెండు బుగ్గలపైనా కాటుక బొట్లు పెట్టుకుంది. భర్తను ఏమాత్రం గమనించనట్టే వంటగదిలోకి వెళ్లిపోయింది.

పెళ్లాం అవతారం చూసి గడగడా వణికిపోతూనే నెమ్మదిగా వంటింటి గుమ్మం వరకు వెళ్లి లోపలకు తొంగి చూశాడు. టీ కలప డానికి పంచదార, టీ పొడి కూడా గుప్పిళ్లతో తీసి వేస్తోంది, మంత్ర గాళ్లు పూజల్లో జల్లినట్టు. టీ పెట్టిన గిన్నె మీదకు వంగుని పెద్ద శబ్దం వచ్చేలా వాసనను ఆఘ్రాణిస్తోంది. తానింకా అక్కడే ఉంటే 'నర వాసన.. నర వాసన..' అంటుందేమోనని భయం వేసింది అతడికి. వెంటనే పార్కింగ్‌లోని కారు దగ్గరకు పరిగెట్టాడు. సిటీలోనే ఉండే అత్తవారిల్లు గుర్తుకు వచ్చింది. వెళ్లి 'పిచ్చిదాన్ని కట్టబెడతారా' అని కడిగేద్దామని బయల్దేరాడు.

అంతా విన్న అత్తగారు "ఏదో పాడుగాలి సోకుంటుంది నాయనా, నువ్వే జాగ్రత్తగా చూసుకోవాలి"అంటూ ఓ వేపమండల కట్ట, ఇంకో డబ్బాడు పసుపు చేతిలో పెట్టింది. బావురుమంటే బాగోదని ఏడుపుముఖంతో తిరుగుముఖం పట్టాడతను.

తెలిసిన సైక్రియాటిస్ట్ ఒకరు దారిలోనే ఉన్నట్టు గుర్తొచ్చి, వెళ్లి తన గోడు వెళ్ల బోసుకున్నాడు. "ఆడవాళ్ల మీద ఇటీవల జరుగుతున్న ఘోరమైన దాడులు, హింస ఇలా మతి చలించడానికి కారణం కావచ్చు. ఆమెను కాస్త టీవీ వార్తలకు దూరంగా ఉంచు. మందులిస్తా తీసు కెళ్లు" అంటూ మొహమాటం లేకుండా భారీగా బిల్లు కూడా ఇచ్చాడు. చేసేది లేక జేబులు ఖాళీ చేసుకుని, ఇంటికి వెళ్లే ధైర్యం లేక అట్నుంచటే ఆఫీసుకు వెళ్లిపోయాడు. అయినా, చీకటి పడే వేళకు మళ్లీ ఇంటి ముఖం పట్టక తప్పలేదు.

అల్లుడు చెప్పినవన్నీ విన్న అత్తగారు, 'దీనికి ఇంకా అల్లరి పోయి నట్టు లేదు' అనుకుంటూ తీరిక చిక్కాక, చీకటిపడ్డాక కూతురుకు ఫోన్ చేసింది.

కూతురు పకపకా నవ్వి "ఏం కాలేదమ్మా, నేను ఆయనంత చదువుకోలేదని, విదేశాలు తిరగలేదని ఎకసెక్కాలు ఆడుతున్నారు. పాశ్చాత్య పోకడలు, ఫ్యాషన్లు తెలీవని ఎగతాళి చేస్తున్నారు. అందుకని చిన్న గుణపాఠం చెబుదామని.." అంటూండగానే కాలింగ్ బెల్ మోగింది. ఫోన్ కట్ చేసి తలుపు తీసింది.

'ఈ రాత్రి ఎలా గడుస్తుందోరా, భగవంతుడా' అనుకుంటూ బిక్కచచ్చిపోయి నిలబడిన భర్తని చూడగానే ఆమెలో మళ్లీ చిలిపితనం మొగ్గతొడిగింది.

పెద్దగా ఓ వికటాట్టహాసం చేసింది. అంతే, అతడి ప్రైప్రాణాలు పైనే పోయాయి. బ్యార్‌మంటూ గబుక్కున వెనక్కి ఒక్క ఉరుకు ఉరికాడు.

కానీ, ఆమె అంతకంటే, వేగంగా ముందుకు ఉరికి, చొక్కా పట్టుకుని అతడిని లోపలకు లాక్కుంది. భయంతో తెరుచుకున్న అతని నోటిని తన పెదవులతో మూసేస్తూ, నెమ్మదిగా 'ఈ రోజు హాలోవీన్ డే' కదా అంటూ చెవికొరికింది.

10 సెప్టెంబర్ 2020

నవంబర్ 2020
హాస్యానందం మాసపత్రిక

8

డబుల్ రోస్ట్

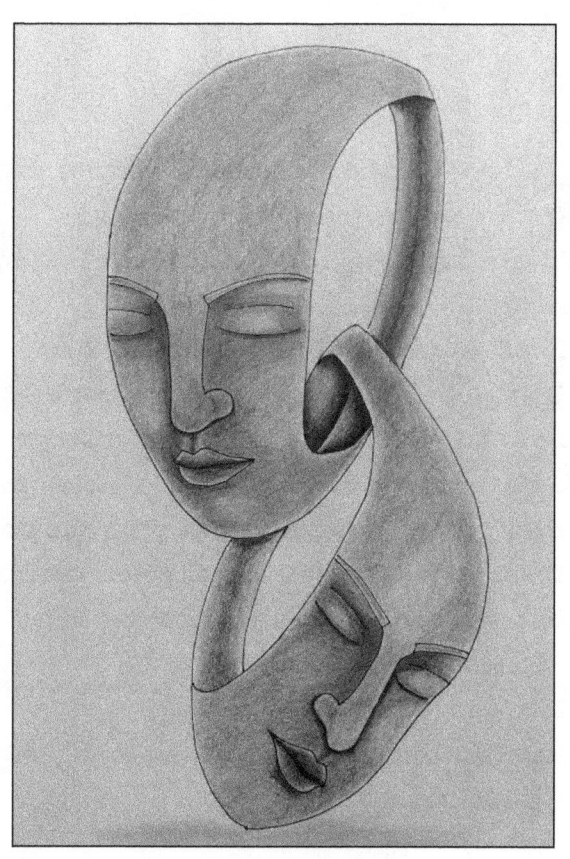

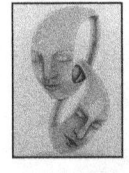

హఠాత్తుగా మెలుకువ వచ్చిందతనికి. గడియారం వైపు చూశాడు. ఆరవుతోంది. పక్కన చూశాడు. భార్య హాయిగా నిద్ర పోతోంది.

“లే, ఏంటా మొద్దు నిద్ర. టైమ్ ఎంతయిందో తెలుసా?” అంటూ భార్యను గదమాయించాడు.

ఆమె ఏదో అనబోతుంటే వినకుండా బాత్‌రూమ్‌లో దూరాడు. వచ్చేసరికి ఆమె కాఫీ రెడీగా ఉంచింది. పేపర్‌లో హెడ్‌లైన్లు చదువుతూ కాఫీ తాగి, తరువాత ఆఫీసు నుంచి తెచ్చుకున్న ఫైళ్లు పైపైన తిరగేసి ప్రాధాన్యతా క్రమంలో అమర్చుకున్నాడు. ఇంతలో ఆమె వచ్చి, ఏదో చెప్పబోయింది. కానీ, అదేమీ పట్టించుకోకుండా అతను గదిలో దూరాడు. పావుగంటలో రెడీ అయి వచ్చాడు. ఆమె టిఫిన్ రెడీ చేసింది. అతడు ఆత్రంగా టిఫిన్ కుక్కుకుంటుంటే.. ఆమె ఏదో చెప్పాలని ప్రయత్నించింది. కానీ, అందుకు అవకాశం ఇవ్వకుండా ఫైళ్లు బ్యాగ్‌లో పెట్టుకుని, ల్యాప్‌టాప్ తీసుకుని లంచ్‌బాక్స్ కోసం చూశాడు.

ఆమె “ఇవాళ..” అంటుండగానే.

“చెయ్యలేకపోయావ్? ఒక్క పావుగంట ముందు లేస్తే అన్ని పనులూ అవుతాయ్” అని విసుక్కుంటూ వెళ్లిపోయాడు.

"అదికాదు, ఒక్క నిమిషం నా మాట వినండి" అని ఆమె అంటుండగానే అతడు వీధి గుమ్మం దాటేశాడు. 'ఈ మూర్ఖపు మహాశయుడు ఏదీ వినిపించుకోడు' అని తనలో తాను అనుకుంటూ నెత్తికొట్టుకుని ఓ నిట్టూర్పు విడిచింది.

రోడ్డు మీదకు వచ్చి షేరింగ్ ఆటో పట్టుకుని బస్టాండులో దిగాడు. బస్సు ఎక్కి సీట్లో కూర్చున్నాక, ఫోన్ బయటకు తీస్తే, భార్య నుంచి రెండు మిస్డ్ కాల్స్ ఉన్నాయి. కానీ, తిరిగి చేయలేదు. ఈరోజు ఎందుకో ట్రాఫిక్ ఎక్కువగా లేదని గమనించాడు. బస్సులో కూడా జనాలు లేకపోవడం గుర్తించాడు.

అయినా, అతని బుర్రలో ట్యూబ్ లైటు వెలగలేదు.

కాసేపు, వాట్సప్, ఫేస్‌బుక్ తిరగేసే సరికి అతడు దిగాల్సిన స్టాప్ వచ్చేసింది. బస్ దిగి మెట్రో స్టేషన్ మెట్లు ఎక్కుతుంటే రైలు వస్తున్న శబ్దం వినబడింది. అతడు మెట్లు ఎక్కడంలో వేగం పెంచాడు. ఎందుకంటే, తన కొలీగ్స్ అందరిలోకి తను చాలా 'ఫిట్' అని అతడికో ఫీలింగ్. సెక్యూరిటీ చెక్ దగ్గర చేతిలోని మొబైల్, లాప్ టాప్ బ్యాగ్, ఫైళ్లు ట్రేలో పెట్టి, స్కానింగ్ కోసం రోలింగ్ మిషన్ మీద పెట్టాడు. ఆయన ట్రే లోపలికి వెళ్తుండగా సెల్ మోగింది. కంగారుగా తీసుకుని చూస్తే భార్య నుంచి కాల్. కట్ చేసి మళ్లీ ట్రేలో పడేసి, సెక్యూరిటీ నుంచి బయటపడి ప్లాట్ ఫాం పైకి వెళ్తుండగా రైలు వెళ్లిపోయింది.

'మధ్యలో దీని ఫోనొకటి. ఆ కాల్ రాకపోయుంటే..' అను కుంటూ, భార్యకి ఫోన్ చేశాడు.

ఆమె ఫోన్ తీయగానే.. "ఇప్పుడేగా కొంపలోంచి బయటకు వచ్చింది. ఇంతలో ఏం మునిగిపోయిందని ఫోన్ చేశావ్? నీ వల్ల కొంచెంలో రైలు మిస్సయ్ పోయింది.." అంటూ గంయ్‌మని అరుస్తూ దండకం మొదలు పెట్టాడు.

ఆమె "ఒక్క నిమిషం మీ దండకం ఆపుతారా?" అని అరిచింది.

సాధారణంగా ఆమె ఎప్పుడోగాని ఎదురు మాట్లాడదు. అలాంటిది అంత గట్టిగా విసుక్కునేసరికి అతడు గతుక్కుమన్నాడు.

"ఈ రోజు హాలీడే..." అందావిడ, అటు నుంచి ఫోన్‌లో.

"హాలీడేనా? ఏం హాలీడే? ఎందుకు?" అన్నాడు, అప నమ్మకంగా.

"సండే కదా.. అందుకని" అంటూ ఆమె వెక్కిరింతగా సాగదీసింది.

"హా..హా.. హాలీడేనా? ఓ సండేనా? హ్హా..హ్మాహ" అంటూ తత్తరబిత్తర అయిపోయాడు.

"పొద్దున్నించీ చెబుదామని చూస్తుంటే అస్సలు చెప్పనిస్తేనా మీరు?" అందామె విసుగ్గా.

"సరేలే. హాలీడే అయినా, ఆఫీసులో అర్జంటు పనుంది. నీకు నిన్న చెప్పాననుకుంట కదా. అందుకేగా ఫైళ్లు కూడా ఇంటికి తెచ్చింది" అని బుకాయించేశాడు.

'అమ్మో కవర్ చేసేశాం కాబట్టి సరిపోయింది. లేకపోతే, లోకువ కట్టేసేది' అనుకున్నాడు మనసులో.

'అయినా, అంత ఫూలిష్‌గా ఎలా తయారయ్యా? ఆదివారం కూడా గుర్తు రాలేదే. లేకపోతే హాయిగా ఇంకో గంట నిద్రపోయి, ప్రశాంతంగా లేచేవాడినిగా' అనుకున్నాడు.

కాసేపు ఈ నాలిక్కరుచుకోవడం, ఆ నొప్పిని అనుభవించడం అయిపోయాక 'గతం సరే, వర్తమానం ఏంటనే' మీమాంస మొదలైంది.

'ఆఫీసులో పనుందని అన్నాం కాబట్టి, ఇప్పుడే ఇంటికి వెళ్లలేం. కాసేపు ఎక్కడైనా తిరిగి రావాలి. ఎక్కడకు వెళ్లాలి?' అని ఆలోచిస్తుండగా, అతని బుర్రలో ఫ్లాష్ లైట్ వెలిగింది.

ఫేస్‌బుక్‌లో పరిచయమైన ఒకావిడ చాలా రోజులుగా 'ఓసారి కలుద్దాం' అంటోంది. బెంగళూరు నుంచి అప్పుడప్పుడు సిటీకి వస్తూ ఉంటుంది. 'ఈ వీకెండైనా కలుద్దా'మని రెండు రోజుల క్రితం మెసేజ్ పెట్టింది. వెంటనే మొబైల్ తీసి మెసెంజర్‌లో 'ఇవాళ కలుద్దామా?' అని అడిగాడు. సమాధానం కోసం ఎదురుచూస్తూ మెట్రో స్టేషన్లోనే కూర్చున్నాడు.

ఫేస్‌బుక్‌లోని ఆమె ప్రొఫైల్ ఓపెన్ చేశాడు. చూడ చక్కటి మనిషి. మరీ నేలబారేమీ కాదుగానీ, అలాని మరీ అంత 'స్ట్రిక్ట్' కూడా కాదనుకున్నాడు. వయసు కూడా మరీ ఎక్కువేమీ కాదు. పండు దొండపండులాంటి పెదవులు, లేత కొబ్బరిలాంటి చెక్కిళ్లు, ఆల్చిప్ప ల్లాంటి కళ్లు, బరువైన.. అలా ఆమె ఫొటోలు తిరగేస్తూ 'ఒక్క ఛాన్స్ దొరికితే..' అనుకుంటూ వర్చువల్ ప్రియురాలితో ఏవేవో ఊహాలోకాల్లో తేలిపోయాడు. 'టింగ్'మన్న మెసెంజర్ సౌండ్ అతడిని మళ్లీ మెట్రో స్టేషన్‌లోకి తీసుకొచ్చింది. కంగారుగా ఓపెన్ చేసాడు. అంతే, మనసు లోనే ఓ పదిసార్లు గెంతులేశాడు.

అందుక్కారణం 'తప్పకుండా కలుద్దాం. ఇవాళంతా నేను ఫ్రీ' అని ఆమె ఇచ్చిన సమాధానం. దాంతోపాటు తన అడ్రస్ కూడా పెట్టింది.

ఆ 'ఫ్రీ' అనే మాటకు డిక్షనరీలో లేని ఎన్నో అర్థాలను ఊహించు కుంటూ, క్షణాల్లో అక్కడికి చేరుకున్నాడు. అలాని, అతడు అనుకున్నాడు. మామూలుగానే ఆటో ఎక్కి ఓ గంటకి చేరుకున్నాడు. ఇంటి తలుపు దగ్గరగా వేసి ఉంది. మర్యాద కోసం తలుపు తట్టాడు. ఎవరూ పలకలేదు. పలికే వరకూ అతడు ఆగేలా కూడా లేడు. నెమ్మదిగా లోపలికి తొంగిచూశాడు. దూరంగా ఎవరో ఉన్నట్టు అనిపించింది. హాల్లోకి అడుగు పెట్టాడు. అడ్డంగా ఉన్న కర్టెన్ తీసుకుని ఇంకొంచెం లోపలికి వెళ్లబోతుంటే..

"ఓహ్.. వచ్చారా? ఒక్క నిమిషం కూర్చోండి వస్తున్నా" అంది ఓ స్త్రీ స్వరం.

చొరవగా వెళ్తే బాగోదేమోనని అక్కడే కుర్చీలో కూర్చున్నాడు. వాడిపోయిన కనకాంబరం పూల రంగు నైటీ వేసుకున్న ఒకావిడ లోపలి నుంచి నెమ్మదిగా నడుచుకుంటూ వస్తోంది. ఒక కాలు తీసి ముందుకు వేస్తే, రెండో కాలుని బలవంతంగా ఈడుస్తూ లాగుతోంది. మామూలుగా కంటే లావుగానే ఉంది. చేతుల దగ్గర కండలు జారిపోయి ఉన్నాయి. మోచేతుల దగ్గర ఉండలు అదనం. జుట్టయితే.. పోవాల్సింది పోగా, మిగిలింది కూడా పోడానికి సిద్ధంగా ఉన్నట్టు వేలెడంత పిలక అతుక్కుని ఉంది. కళ్లకింద చర్మం వేళాడుతోంది. ముఖం మీద ఉలిపిరి కాయలు, ఏవో నల్లటి మచ్చలు ఉన్నాయి. నోరు తెరుచుకుని ఆయాసపడుతూ దగ్గరకు వచ్చింది. ఆమె అవతారం చూస్తే షుగర్, బీపీ, థైరాయిడ్ ఇత్యాది రోగాలన్నీ చాలా కాలంగా ఆమెలో తిష్ట వేసినట్టు అర్థమైపోతోంది.

ఆమెను అలా చూడగానే అతడు పూర్తిగా జావకారిపోయాడు. అయినా అతడిలోని ఆశ చావలేదు. 'ఈ శాల్తీ తాను కోరుకునే సుందరాంగికి ఏ దూరపు బంధువో అయి ఉంటుంది' అనుకున్నాడు.

అతి కష్టం మీద నోరు పెగల్చుకుని "మీరు.. మీరు.." అన్నాడు.

"నేనే నిన్ను రమ్మన్నది. ఫేస్‌బుక్‌లో నువ్వు చూసింది కూడా నన్నే. కాకపోతే అందులో ఫొటోలు, వీడియోలు ఒకప్పటివి. స్నేహితుల కోసం, బంధువుల కోసం పెడుతూంటా. నీలాంటి వాళ్లేమో మెసెంజర్ లోకి వచ్చి 'తిన్నావా, తాగావా, పడుకున్నావా' అంటూ పరిచయం పెంచుకుని పిచ్చివేషాలు వేస్తారు. ఏం మీరు చెప్పకపోతే మాకు గుడ్ మార్నింగ్ కాదా? మీరు గుడ్ నైట్ చెప్పకపోతే పడుకోమా? కాస్తంత స్వేచ్ఛగా ఉంటే మా క్యారెక్టర్ 'లూజ్' అని అర్థమా? మీ పెళ్లాలు ఎలాంటివాళ్లో, మేం అలాంటోళ్లం కాదా? అసలు మీ అవతారాలు ఎప్పుడూ అద్దంలో చూసుకోరా? మా గురించి సరే, మీ గురించి మీరేమనుకుంటూ ఉంటారు? మీరెప్పటికీ పదహారేళ్ల బాలా కుమారులం అనుకుంటారా?" అని కడిగి పారేసి.. ఆయాసం రావడంతో నోరు, ముక్కుతో గాలి పీలుస్తూ కళ్లతోనే కోపం వెళ్లగక్కింది.

అప్పటికే చెమటల్లతో అతడి ఒళ్లు తడిసిపోయింది. నోట్లోంచి ఉలుకూ, పలుకూ లేదు. లోపల ఇంకెవరైనా ఉన్నారేమో, వచ్చి తంతారేమో అని భయంతో కంపించిపోతున్నాడు.

ఎలాగో గొంతు పెగల్చుకుని "సా..స.. సారీ అండీ, నేను వెళ్తా" అన్నాడు తడబడుతూ.

"వెళ్లు. ఇంకెప్పుడూ ఎవరితోనూ ఇలాంటి వేషాలు వేయకు. ఓసారి బుద్ధి చెబుదామనే రమ్మన్నా" అంది.

అతడు బతుకు జీవుడా అనుకుంటూ వీధి గుమ్మం వైపు కదిలాడు.

అంతలో ఆమె "ఒక్క క్షణం" అంది.

అతడు వెనక్కితిరిగి ఆమెవైపు బేలగా చూశాడు.

"కాస్త ముఖం కడుక్కుని వెళ్లు. అలా చెమటలు కారుతూ వెళితే, బయటున్న నీలాంటి వాళ్లంతా.. ఇంకేదో అనుకుంటారు" అంది.

అతడు వాష్ రూమ్‌కి వెళ్లి, అతి కష్టం మీద జిప్ పెట్టుకుంటూ అద్దంలో చూసుకున్నాడు. బానలా పెరిగిన పొట్ట కిందకు జారి, బెల్టు కూడా కనిపించడం లేదు. నడుం ఎలాగూ వంచలేడు కాబట్టి, తల వంచి ముఖం మీద నీళ్లు చల్లుకున్నాడు. ఆ నీళ్లు తొంభై శాతం ఖాళీ అయిన తలపై పడి తళతళ మెరుస్తున్నాయి. ఆ చివర మిగలిన నాలుగు వెంట్రుకలనీ అద్దంలో చూసుకుంటూ ఈ చివర వరకూ బట్టతలపై సర్దాడు.

'ఈ వయసులో, ఈ అవతారంతో నీకివన్నీ అవసరం రా?' అని అద్దంలోని వాడు వెటకరించాడు. జేబు రుమ్మాలుతో ముఖం తుడుచుకుంటూ దీర్ఘంగా నిట్టూర్పు విడిచాడు.

ఒకే దెబ్బకు రెండు పిట్టలు పాత మాట, ఒకే పిట్టకు రెండు దెబ్బలు తగలడంతో విలవిల్లాడిపోయాడు. డబుల్ ట్విస్టులతో డబుల్ రోస్ట్ అయిన అతడు తల దించుకుని నెమ్మదిగా బయటకు నడిచాడు.

09 అక్టోబర్ 2020

అక్టోబర్ 2021
హాస్యపు హరివిల్లు మాసపత్రిక

9

చివరి నిర్ణయం

“నీ నిర్ణయమే సరైనదని అనిపిస్తోందిరా, ఇప్పుడు” అన్నాడు మిత్రుడు.

ఆయన చిన్నగా నవ్వి “ఇప్పటికైనా ఆలస్యం కాలేదు. రావాలనుకుంటే వచ్చెయ్. కాకపోతే ఇందులో ఖాళీలు లేవు. ఇప్పుడప్పుడే అయ్యే అవకాశం కూడా లేదు” అన్నాడు చిన్నగా నవ్వుతూ.

“అవును మరి, వాళ్లు అంత బాగా చూసుకుంటుంటే ఖాళీలెలా అవుతాయ్?” అంటూ మిత్రుడు కాస్త పెద్దగా నవ్వాడు.

“వీళ్లే ఇక్కడకు దగ్గరలో మరో బిల్డింగ్ కడుతున్నారట. అది పూర్తయితే, కొత్త వాళ్లకు అవకాశాలు వస్తాయి. అనుకుంటున్నావ్ గానీ, దీనికి కూడా చాలా డిమాండ్ ఉందిరోయ్. వచ్చే నెలలో ఏదో మంచి రోజు చూసుకుని అడ్వాన్స్ బుకింగ్‌లు ప్రారంభిస్తారట” అన్నాడు, తనకు తెలిసిన సమాచారాన్ని వివరిస్తూ.

మిత్రుడు ఒక్క క్షణం మౌనం వహించి, “మరోసారి తనతో కూడా మాట్లాడి చివరి నిర్ణయం తీసుకుంటా” అన్నాడు.

“సరే” అంటూ మిత్రుడిని తన గదికి తీసుకెళ్లాడాయన. తను చదివేసిన ఓ కథా సంకలనం, ‘బావుంద’ని జిరాక్స్ తీయించి పెట్టిన ఓ ఆంగ్ల పత్రికలో వచ్చిన

కథ మిత్రుడి చేతిలో పెట్టి, మెయిన్ గేట్ వరకు తోడు వెళ్లి సాగనంపి వచ్చాడు.

తిరిగి గదికి వచ్చిన ఆయన విశ్రాంతిగా కూర్చుని టీవీ పెట్టాడు. అందులో వచ్చే కార్యక్రమంతో సంబంధం లేకుండా ఆయన ఆలోచన ల్లోకి జారిపోయాడు. ఆయన ఇక్కడకు వచ్చి సుమారు ఐదేళ్లు అవుతుంది. 'వచ్చి సాధించినదేమిటా' అంటే ఓ పక్కన అందంగా అమర్చిన ఏడెనిమిది పుస్తకాలే సాక్ష్యం. ఇంకా కట్టలు విప్పని వాటి ప్రతులు కూడా సాక్ష్యమే. జీవితం హాయిగా, ప్రణాళికాబద్ధంగా సాగిపో తోందని తనలో తాను సంతృప్తిగా తలపంకించుకున్నాడు. భోజనం సమయం అవుతుండటంతో లేచి టీవీ ఆఫ్ చేశాడు. సమీక్ష చేయాల్సిన కథల పుస్తకాన్ని టీవీ కింద షెల్ఫ్ లోంచి తీసి, రైటింగ్ టేబుల్ దగ్గర పెట్టుకున్నాడు. అన్నట్టు ఇప్పుడు రాయడం అంటే, కంపోజ్ చేయడమే. ఇక్కడికి వచ్చాకే కంపోజ్ చేయడం నేర్చుకు న్నాడు. కంపోజింగ్ వచ్చాక ముప్పయ్ వేలు పెట్టి లాప్‌టాప్ కొనుక్కున్నాడు. దాంతో గతంలోలా కాగితం మీద కొట్టివేతలు, దిద్దుబాటులు, ఇంటూ మార్కులు పెట్టి పైన రాయడం, బాణం గుర్తులు.. ఇవేవీ లేవు. అంతా తెల్లగా స్వచ్ఛంగా ఉంటుంది. పత్రికలు కూడా బాగానే అప్‌డేట్ కావడం వల్ల మెయిల్ చేస్తే స్వీకరిస్తున్నాయి.

ఇక్కడకు రాకముందు ఒక పుస్తకం తీసుకురావాలంటే రెండేళ్లకు పైగా పట్టింది. ఎప్పుడూ ఏవో ఒక పనులు, ఆటంకాలు. కాస్త ప్రశాంతంగా పని చేసుకోవడానికి సమయం చిక్కేదే కాదు. కొడుకు, కోడలకు చేదోడుగా ఆ పనీ, ఈ పనీ చేసి పెట్టడం; మధ్యలో మనవళ్ల పనులు.. ఇలా సమయమంతా తెలియకుండానే గడిచిపోయేది. మనవళ్లతో ముచ్చట్లు బాగానే వున్నా, వాళ్ల అల్లరిని భరిస్తూ అన్నీ అమర్చాల్సి వచ్చేసరికి ఆమె కూడా అలిసిపోయేది. అందుకే అందరూ ఏమనుకున్నా ఫర్వాలేదనే తెగింపుతో ఈ నిర్ణయం తీసుకున్నాడు.

ఇక్కడకు వచ్చిన కొత్తలో కాస్త తప్పు చేసిన ఫీలింగ్ ఏదో వెంటా డేది. కానీ, ఇక్కడి వాతావరణం, సౌకర్యాలు, క్రమశిక్షణ దంపతులను త్వరగానే ఆకట్టుకున్నాయి. ఇంట్లోలా 'పొద్దున్నే ఏం చేసుకోవాలి, ఏమున్నాయి? ఎలా చేస్తే ఎవరికి నచ్చుతుందో, లేదో' అనే సంశయం లేకపోవడంతో ఆమె ప్రశాంతంగా నిద్ర లేస్తోంది.

పొద్దున్నే లేవగానే వేడి వేడి కాఫీ, వాకింగ్, యోగా, తరువాత టిఫిన్.. అన్నీ ఒక క్రమ పద్ధతిలో సాగిపోవడంతో ఆయన మనసు కూడా ప్రశాంతంగా ఉంటోంది. టిఫిన్ చేసి వస్తే, ఇక భోజనం వరకూ ఆయనకు ఖాళీయే. అందుకనే తన రచనలకు సంబంధించిన పను లన్నీ చకచకా పూర్తి చేసుకుంటూ, పద్ధతిగా తన పుస్తకాలన్నీ

తీసుకు రాగలుగుతున్నాడు. సాయంత్రం కాసేపు ఏవైనా కార్యక్రమాలున్నా ఆయన రాసుకోవడానికీ, చదువుకోవడానికీ ఎటువంటి ఆటంకం కలిగించేవి కావు. పెద్దవాడు కావడం; కాస్తో, కూస్తో పేరున్న రచయిత కావడంతో చాలామంది తమ రచనలపై వ్యాసం రాయమని, అభిప్రాయం చెప్పమని అడుగుతూ తమ పుస్తకాలు ఇచ్చి వెళ్తూ ఉంటారు. ఇంటి దగ్గర ఉన్నప్పుడైతే అప్పుడు కాస్త, అప్పుడు కాస్త చదవడంతో రచనలోని భావోద్వేగాన్ని సరిగా అందుకోలేకపోయేవాడు. ఇక్కడ దానిపైనే దృష్టి పెట్టి చదువుకుంటూ ఉండటంతో, రచనంతా బుర్రలో భద్రంగా ఉంటోంది. దాంతో చకచకా నాలుగు ముక్కలు కూడా రాసివ్వగలుగుతున్నాడు. ఆయన వెలువరించే పుస్తకాలు, రచనలు భావితరాలకు వెలుగు దివిటీలని చాలామంది ఆయన కృషిని అభినందిస్తూంటారు.

భోజనం హాలులో చేతులు కడుక్కోవడానికి వెళుతుంటే ఆమె వచ్చింది. ఆమెను చూస్తేనే అర్థమవుతోంది, ఆనందంగా ఉందని. ముఖంలో నవ్వులు విరబూస్తున్నాయి. కాస్త సిగ్గుపడుతూ,

"ఇది చూసి ఎలా వుందో చెప్పండి" అంటూ ఓ డ్రాయింగ్‌ను రెండు చేతులతో తెరిచి పట్టుకుంది.

కలర్ కాంబినేషన్‌లో కాస్త తేడాలున్నాయి కానీ, బొమ్మ బావుంది.

"చాలా బావుందోయ్, తొందరగానే పెద్ద ఆర్టిస్ట్‌వి అయి పోతున్నావ్" అన్నాడాయన అభినందనగా.

"చాల్లెండి, మీరు మరీనూ. ఏంటో, ఈ వయసులో వీళ్లు నాతో బొమ్మలు వేయిస్తున్నారు" అంటూ మురిసిపోతూ భోజనానికి కూర్చుంది.

భోజనాలు అయ్యాక ఇద్దరూ తమ గదికి వచ్చారు.

ఆమె తన బొమ్మను మళ్లీ చూసుకుని "అయితే బానే వుందం టారు? ఎక్కడ పెడదాం?" అంది గోడలవైపు చూస్తూ.

"బానే కాదు, చాలా బావుంది. దగ్గరైతే నేనే వెళ్తా, లేకపోతే రేపు ఎవరినైనా పంపించి ఫ్రేమ్ కట్టిస్తా. అప్పుడు గోడకు పెడదాం" అన్నాడాయన.

ఆమె ఇంకా మురిసిపోతూ "ఓ ఫొటో తీస్తారేంటి, దీన్ని" అని అడిగింది.

ఆయన తన సెల్ ఫోన్‌తో ఫొటో తీసి, అంచులవీ క్రాప్ చేసి ఆమెకు వాట్సప్ చేశాడు. ఆమె అది చూసుకుని 'థ్యాంక్స్' అంటూ లవ్ సింబల్ పెట్టింది.

ఆయన తన ఫోన్‌లో ఆ మెసేజ్ చూసుకుంటుంటే, ఆమె కిలకిలా నవ్వింది.

ఆమె ముచ్చట చూస్తే ఆయనకీ నవ్వొచ్చింది. లేచి దగ్గరకు వెళ్లి తల మీద తట్టి "నువ్వు మరీ చిన్నపిల్లవై పోతున్నావ్" అన్నాడు.

ఆమె సిగ్గుపడుతూ తలదించుకుని, చేతులు రెండూ పైకెత్తి "అయితే ఎత్తుకోండి" అంది.

ఆయన ఆమె చేతులు పట్టుకుని, మెల్లగా దగ్గరకు తీసు కున్నాడు.

★ ★ ★

ఓ రోజు ఇద్దరూ వాకింగ్‌కు బయలుదేరుతుంటే మిత్రుడి నుంచి ఫోన్. 'తన భార్య కూడా ఒప్పుకుందని, త్వరలోనే వచ్చి అడ్వాన్స్ కట్టేస్తా'నని సంతోషంగా చెప్పాడు. ఆయన, ఆవిడా కూడా సంతోషించారు.

నాలుగు రోజుల్లోనే దంపతులిద్దరూ వచ్చారు. అడ్వాన్స్ సొమ్ము కట్టేసి వీరిని కలిసి మాటల్లో పడ్డారు.

"ఎవరు ఏమైనా అననీండి వదినగారూ, మీరూ అన్నయ్యగారూ మంచి నిర్ణయం తీసుకున్నారు. హాయిగా ఉన్నారు. మాకూ ఇన్నాళ్లకు కుదిరింది. ఇక అంతా ఆ భగవంతుడి దయ. మీ అందరినీ చూస్తే ధీమాగానే ఉంది. అనుకుంటాం గానీ, వృద్ధాశ్రమం అంటే ఏదో దిక్కూ మొక్కూలేనివాళ్లే చేరతారని. అది పూర్తిగా తప్పని అర్థమైంది. అయినా, ఏవో అప్యాయతలు, అనురాగాలు అని అనుకుంటాం గానీ, ఏమున్నాయి చెప్పండి. అంతా హడావిడి, మీకు తెలియందేముంది. ఆ తొడతొక్కిడికి తట్టుకోలేక, నలిగిపోతూ ఆత్మవంచన చేసుకోవడం కాకపోతే. ఏదైనా కాస్త దూరంగా ఉంటేనే విలువా, గుర్తింపూ. అంతగా ఉండలేకపోతే, అప్పుడే పోవచ్చని ఆయన మాటకు సరే అన్నా" ఇలా ఆ మిత్రుడి భార్య వాక్ప్రవాహం సాగిపోతూనే ఉంది.

"ఏంటోయ్ నీ మాటలకు ఇంక ఫుల్ స్టాప్‌లే ఉండవా" అని ఆయన అనే సరికి ఆమె మాటలు ఆపి లేచి నిలబడింది. నలుగురూ సరదాగా నవ్వుకున్నారు.

వాళ్లు వద్దంటున్నా, ఫర్వాలేదంటూ దంపతులిద్దరూ, మిత్రుడి దంపతుల వెంటే మెయిన్ గేట్ వరకూ వెళ్లారు.

"ఏమోరా, తప్పో ఒప్పో.. ఇన్నాళ్లూ పిల్లలను పైకి తీసుకు రావడానికి నానా అగచాట్లు పడ్డాం. ఇహ వాళ్లూ సెటిలయ్యారు. ఇప్పుడైనా మన ఆసక్తులపై దృష్టి పెట్టకపోతే ఎలా అని నువ్వన్న మాటలు బాగా పనిచేశాయిరా. ఓపిక చాలకపోవడం, కోడలితో ఆమెకు మాటామాటా రావడం కూడా కలిసొచ్చాయనుకో" అన్నాడు

మిత్రుడు, అసలు విషయం బయటపెడుతున్న ధోరణిలో.

"ఇక అంతా కలిసొచ్చే కాలమే అనుకో. అంతా మంచే జరుగు తుంది. నువ్వేమీ అధైర్యపడకు" అని ఆయన మిత్రుడికి భరోసా ఇచ్చాడు.

మిత్రుడి చివరి నిర్ణయాన్ని స్వాగతిస్తూ, ఆ దంపతులిరువురికీ తిరిగి స్వాగతం పలకడానికి ఉవ్విళ్లూరుతూ, ప్రస్తుతానికి వీడ్కోలు పలికారు.

27 అక్టోబర్ 2020

02 జూన్ 2021
సంచిక.కామ్

ఎమ్మెస్సార్ కథాప్రపంచం-2020

10

ఏది దారి?

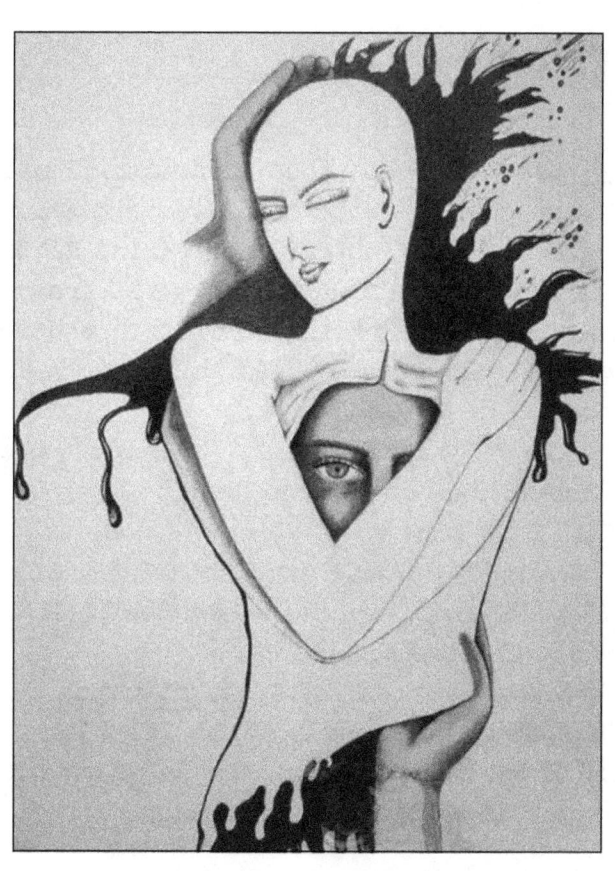

చేతిలో చాకోబార్‌లున్న కవర్‌తో, బైక్ నడుపుకుంటూ అతడు క్రికెట్ గ్రౌండ్ చేరుకున్నాడు. దారంతా గుంతలతో వంకరటింకరగా ఉంది. అయినా, అతడు ఓ చెవికీ, భుజానికీ మధ్య సెల్ ఇరికించుకుని మాట్లాడుతూనే డ్రైవ్ చేస్తున్నాడు. గ్రౌండ్‌లో ఓ పక్కకి బైక్ పార్క్ చేస్తుండగానే కొడుకు, అతడి స్నేహితులు అతడిని చుట్టుముట్టారు. తన చేతిలోని చాక్‌బార్‌ల కవర్ వాళ్లకిచ్చాడు. అందరూ తలొకటి తీసుకున్నారు. ఒకళ్లిద్దరు దొరకని వాళ్లతో షేర్ చేసుకున్నారు. ఎంతమందికని తేగలడతను?

"ఎంతరా స్కోర్?" అన్నాడు కొడుకుతో, ఫోన్ జేబులో పెట్టుకుంటూ.

"256 అనుకుంట" అన్నాడు, మ్యాచ్ చూస్తూ.

"మరి, నీ సంగతేంటి?"

"ఏముంటుంది? చాలామంది ఉన్నారు కదా, సార్ రెండు ఓవర్లే వేయమన్నారు. ఫస్ట్ ఓవర్‌లో 10 రన్స్ ఇచ్చా, ఒక వికెట్ తీశా. రెండోసారి వేసినప్పుడు నో వికెట్, 18 రన్స్ ఇచ్చేశా" అన్నాడు.

"వావ్.. వికెట్ పీకావా? గుడ్" అని కొడుక్కి హైఫై ఇచ్చాడు.

వేరే కవర్‌లోంచి నాలుగు మజా ప్యాకెట్లు తీసి "ఎక్కువ తేలేదు" అన్నాడు. వాడు కవర్ తీసుకుని వాడి కిట్ దగ్గర పెట్టుకుంటూ "ఇప్పుడే తాగాం. మా ఫ్రెండ్ కూడా తెచ్చాడు. మధ్యలో ఎప్పుడైనా తాగుతాంలే" అన్నాడు.

ఇంతలో బ్రేక్ అయిపోవడంతో వాడు ఆటలోకి వెళ్లిపోయాడు.

అతను ఆటనూ, ఫోన్నూ చెరో కంటా కనిపెడుతూ కాలం వెళ్లబుచ్చుతున్నాడు. కాసేపటికి వాళ్ల ఆట ముగిసింది. అతని కొడుకు టీం ఓడిపోయింది. 'అరే క్యాచ్ వదిలేశావ్రా', 'ఆడు బాల్ ఆపకుండా, దాని వెంబడి పరిగెడితే ఎలారా', 'గ్రౌండ్‌లో స్పిన్ బాగా తిరగటం లేదురా' ఇలా ఓటమిని విశ్లేషించుకున్నారు, కొడుకు స్నేహితులంతా.

ప్రతి సిటీలోనూ ఉన్నట్టే ఆ నగరంలోనూ అనేకానేక క్రికెట్ అకాడమీలు ఉన్నాయి. 'ఆయా రంగాల్లో ప్రతిభ కనబరిచే పిల్లలను ప్రోత్సహించాలని' భావించే తల్లిదండ్రులంతా ఈ అకాడమీలకు రాజపోషకులు. రోజూ ఓ రెండు గంటలు ప్రాక్టీస్ ఉంటుంది. అప్పుడప్పుడు ఎక్కడైనా ఖాళీ స్థలాన్ని-అదే గ్రౌండ్‌ను-అద్దెకు తీసుకని-అలాని వాళ్లు చెబుతారు-వారాంతాల్లో ఇలా మ్యాచ్‌లు పెడతారు. ఇందుకు పాల్గొనే ప్రతి కుర్రాడి నుంచీ రెండొందల నుంచి ఐదొందల వరకూ వసూలు చేస్తారు. ఎక్కువ డబ్బులు వసూలైనప్పుడు, పిల్లల తల్లిదండ్రులు ఎక్కువగా వస్తారని అనుకున్న ప్పుడు.. గ్రౌండ్‌ను కాస్త శుభ్రం చేసి, పౌడర్ చల్లి, కూర్చోడానికి కుర్చీలు అవీ అమరు స్తారు. లేకపోతే అదొక మామూలు ఖాళీ స్థలం అంతే. దాన్ని గ్రౌండ్ అనుకుని పిల్లలు ఆటకు దిగుతారు. తల్లిదండ్రులకు కూడా పిల్లల ఆట చూడటం ఓ ఆసక్తికర వినోదం కదా. దాంతో 'క్రీడా స్ఫూర్తి' మూడు వికెట్‌లూ, ఆరు బాల్స్‌గా సాగిపోతోంది.

పిల్లల చర్చా కార్యక్రమం ముగిసాక; తన కొడుకునీ, వాడి స్నేహితుడినీ, వాళ్ల కిట్స్‌నీ బైక్‌పై ఎక్కించుకుని బయల్దేరాడు. దారిలో మెక్‌డొనాల్డ్స్ దగ్గర ఆగారు. కొడుకు స్నేహితుడి తండ్రి కూతురుని తీసుకుని అక్కడికి వచ్చాడు. అందరూ లోపలికి పోయి కావాల్సినవి ఆర్డర్ ఇచ్చారు. అమ్మాయి ఒక్కత్తీ నిశ్శబ్దంగా కూర్చుంది. మగపిల్లలి ద్దరూ తమ ఓటమిని ఇంకా విశ్లేషించుకుంటూనే ఉన్నారు.

తండ్రులిద్దరూ ఓ దగ్గర చేరారు.

"ఎట్లా ఆడాడు నీ కొడుకు" అడిగాడు స్నేహితుడు.

"బాగానే ఆడాడు, పర్లే. రెండోవర్లు ఏసి ఓ వికెట్ పీకాడు" అన్నాడు.

మళ్లీ తనే "మీ వాడు కూడా బాగానే ఆడాడు. మూడు ఓవర్లు ఏసినట్టున్నాడు. అందులో ఒకటి మెయిడిన్"అని వివరించాడు.

"ఏమో, అదేం సరిపోతుంది. ఇంకా బాగా ఆడాలి. ఇవాళ నేను పాపను తీసుకువస్తుంటే దారిలో స్థలమేదీ ఖాళీగా లేదు, తెలుసా? అబ్బబ్బ.. అన్నిచోట్లా మ్యాచ్‌లే" అన్నాడు స్నేహితుడు.

"వీళ్ల సంగతి సరే. మీ అమ్మాయి డాన్స్ ఎలా ఉంది? కూచిపూడే కదా?" అని అడిగాడు.

"దానిదేముంది, ఆడపిల్ల. పెళ్లయినాక ఏమవుతుందో ఎవ్వరం చెప్పలేం. ఇది స్టేజీలు ఎక్కి డాన్సులు చేస్తానంటే వాళ్లాయన ఊరుకుంటాడా? ఎట్ల చెప్పగలం?" అన్నాడు.

"అప్పుడే పెళ్లేంటి, ఇంకా చిన్నపిల్లే కదా" అన్నాడతను.

"మన పిల్లలు మనకి అట్లే అగుపిస్తరు. వచ్చే ఏడాది లేదంటే, పైఏడాది పక్కా ఓణీలెయ్యాల్సిందేనని వాళ్లమ్మ అంటోంది. ఈలోగా ఎలాగైనా ఆరంగేట్రం చేయించాలని ప్రయత్నిస్తున్నాం" అన్నాడు స్నేహితుడు.

"మరింకేం.. రవీంద్రభారతి ఎప్పుడు ఖాళీ ఉందో చూడండి. ముందుగా చెబితే నేను కూడా సాయం చేస్తా. బాగా చేద్దాం" అన్నాడతను సంతోషంగా.

"ఏం బాగా చేయడం, కనీసం అంటే మూడు లక్షలైనా కావాలి" అన్నాడతను.

"మూడు లక్షలే?" అని నోరుతెరిచాడితను.

"అదేంటి, మూడు లక్షలకే అంత ఆశ్చర్యపోతున్నావ్. రేపు మీ వాడు బాగా రాణిస్తే.. కనీసం ముప్పయ్ లక్షలైనా ఖర్చు పెట్టాలి" అన్నాడు స్నేహితుడు.

"అంతెందుకు?" అన్నాడితను అయోమయంగా.

"మరి, ఊరికే సెలెక్ట్ చేసుకుంటారా? ఏం తెలీనట్టు అడుగుతున్నావ్?" అన్నాడు స్నేహితుడు.

అతను ఏమీ సమాధానం చెప్పలేదు. ఏదో బాగా ఆడితే, అలా ఆడేవారిని ఒక వరుస క్రమంలో టీం లోకి తీసుకుంటారని అతను అనుకున్నాడు. అవినీతి, పక్షపాతం గురించి విన్నాడు. కానీ, ఎందుకో నిజంగా నమ్మలేదు. 'మనవాడు బాగా ఆడాలేగానీ, అవకాశం అదే తన్నుకుంటూ వస్తుంద'న్నది అతడి నమ్మకం. అతడు ఆ ఆలోచనల్లో ఉండగానే స్నేహితుడు బిల్ పే చేసేశాడు. అంతా బయల్దేరారు.

ఇంటికి వచ్చేసరికి హాల్లో ఎవరో ఉన్నట్టు అనిపించింది.

"బావున్నారా, అన్నయ్యగారూ? అబ్బో.. మీవాడు బాగా పొడుగైపోయాడు. క్రికెట్ బాగా ఆడుతున్నాడన్నమాట" అంది నోరంతా తెరుచుకుని నవ్వుతూ ఒకావిడ. ఆమె పక్కనున్న పిల్లను చూడగానే ఆమె ఎవరో గుర్తుకు వచ్చింది. ఆ పిల్ల తమ వాడి క్లాస్‌మేట్. ఆత్మరక్షణార్థం పొద్దున కరాటే, పి.వి. సింధు స్ఫూర్తితో సాయంత్రం షటిల్ నేర్చుకుంటోంది.

"బావున్నా మేడమ్, పాప బాగా ఆడుతోందా, షటిల్?" అని పలకరించాడు.

"ఆ.. ఆడుతోందండి. వచ్చేవారం ఇంటర్ స్కూల్ కాంపిటీషన్స్ ఉన్నాయి. అందుకని బాగా ప్రాక్టీస్ చేయిస్తున్నారు. అందుకే అలిసిపోతోంది" అంటూ అభిమానంగా కూతురిని దగ్గరకు తీసుకుంది.

ఇంతలో జ్యూస్ గ్లాసులు తీసుకుని వాళ్లావిడ హాల్లోకి వచ్చింది.

"ఇవాళ పేరెంట్ టీచర్ మీటింగ్ ఉంది కదా, అందుకని స్కూల్‌కి వచ్చి, దారేకదాని ఇలా వచ్చారు" అని భర్తకు వివరించింది.

"ఓహ్.. అవును కదా. మర్చేపోయాను. తొందరగా రెడీ అయ్యి వెళతా" అని భార్యతో చెప్పి, "మీ పాపకి ఎలా వచ్చాయ్ మార్కులు" అని ఆమెను అడిగాడు.

"ఫర్వాలేదండి, బానే వచ్చాయి. కానీ, 'అవి సరిపోవు.. పైక్లాసు లకు వెళు తోంది. ఇంక షటిల్, గిటిల్ మానెయ్'అని వాళ్ల నాన్న అంటున్నారు. చూడాలి, ఏదో ఈ ఒక్క ఏడాది ఆడనిచ్చి.." అని ఆమె అంటుండగా,

"మార్కులదేముంది లెండి. ఒకవైపు కరాటే, మరోవైపు షటిల్. అప్పుడప్పుడు చెస్ కూడా నేర్చుకుంటోంది కదా.. అలాంటప్పుడు మార్కులు బాగా రావాలంటే ఎలా వస్తాయ్?" అన్నాడతను.

"చెస్సా, అదెప్పుడో మానేసింది. బేసిక్స్ వరకూ నేర్చుకుందంతే. మంచి ర్యాంకు, మంచి కాలేజీలో సీటు రావాలంటే ఈ మార్కులు చాలవుట కదండీ. ఎంతోమంది ఆడుతున్నారు, ఎంతమందిని అదృష్టం వరిస్తుందో చెప్పలేం. చదువు పక్కకు పోయిందంటే కష్టమని ఆయన ఉద్దేశం"అని ఏకరవు పెట్టిందామె.

తన వాదనకు మరొకరి ఆసరా దొరికిందన్న సంతోషంతో "అలా చెప్పండి. నేను కూడా అదే చెబుతుంటా. ఎప్పుడూ ఆటలు, మ్యాచ్‌లు మాత్రమే కాదు. కాస్త చదువు మీద కూడా ధ్యాస పెట్టండని, వింటేనా?" అని అందుకుంది వాళ్లావిడ.

ఇంతలో కొడుకు ఫ్రెష్ అయ్యి రావడంతో "సరేలే, స్కూలుకు వెళ్లొస్తాం" అంటూ అతను బయటకు వెళ్లిపోయాడు.

చుట్టాల్లో పిల్లలు, చుట్టు పక్కల వున్న పిల్లల చదువులు; పెరిగిపోతున్న ఫీజులు, క్యాంపస్ సెలక్షన్లు తదితర విషయాలన్నీ వాళ్లిద్దరూ కాసేపు తవ్విపోసుకున్నారు.వారి సంభాషణ సాగుతున్నంత సేపూ 'వీళ్లంతా నా ఫ్యూచర్ని ఇంత కన్ఫ్యూజ్ చేసేస్తున్నారేమిటా' అన్నట్టు ముఖం పెట్టుకుని కూర్చుంది, ఆమె కూతురు.

★ ★ ★

అలా ఫ్యూచర్ గురించి బెంగెట్టుకుని కూర్చున్న ఆమె కూతురు ఐదారేళ్ల తర్వాత ఓ షాపింగ్ మాల్‌లో కలిసింది. మొదట ఆ అమ్మాయే గుర్తుపట్టి వీరిని పలకరించింది. తర్వాత వాళ్లమ్మ కూడా రావడంతో భార్యను వాళ్ల దగ్గర వదిలేసి తండ్రీకొడుకులిద్దరూ షాపింగ్ చేసుకోవ డానికి వెళ్లారు.

ఇక తమ పిల్లల క్లాస్‌మేట్స్ విషయాలన్నీ వాళ్ల మధ్య చర్చకు వచ్చాయి.

"ఏదోనండి.. పదో తరగతి వరకైతే పిల్లలంతా బాగానే గట్టెక్కించారు. ఇంటర్ కొచ్చే సరికి ఒక్కళ్లకీ టైమ్ సరిపోవడం లేదు. ఒకవైపు రెగ్యులర్ చదువు, దాంతోపాటు ఐఐటీ, ఎంసెట్, నీట్.. అబ్బబ్బ ఒక్కటి కాదు. ఇవన్నీ రుద్దేస్తున్నారు. దాంతో నిజంగా నలిగిపోతున్నారంటే నమ్మండి" అందావిడ.

"అవును, మా వాడి ఫ్రెండ్స్‌లో కూడా కొంతమందికి ఫస్టియర్ సబ్జెక్ట్‌లు ఉండిపోయాయట. మా వాడిది కూడా మేథ్స్ ఉండిపోయింది. ఇలా అయితే బీటెక్‌లో సీటు రావడం కష్టం అంటున్నారు. కొను క్కుందామన్నా చాలా అడుగుతారని తెలిసింది. అదే ఆయనకీ ఆందోళనగా ఉంది" అంది.

కాసేపు తమ అవగాహనంతటినీ పంచుకుని, భర్త రావడంతో బయల్దేరారు.

కొంచెం ముందుకు వచ్చాక ఆయన అడిగాడు. "ఎవరు వాళ్లు? ఆ అమ్మాయిని ఎక్కడో చూసినట్టుంది" అన్నాడాయన.

"అదేంటి అలా అంటారు. వీడి స్కూల్లోనే చదివేది కదా. పేరెంట్ టీచర్ మీట్ అయినప్పుడల్లా మనింటికి వచ్చేవారు" అని భర్త ముఖంలోకి చూసి, ఆయనకు ఇంకా గుర్తు రాలేదని గ్రహించి "షటిల్ కూడా ఆడేది కదండీ" అంది.

"ఓహ్.. ఆ అమ్మాయా? ఏంటి ఇప్పుడు ఆడటం మానేసిందా, అంత లావైపోయింది?" అన్నాడు.

"ఉష్.. మెల్లగా. ఇప్పుడేమిటి, ఎప్పుడో మానేసింది. చక్కగా చదువుకుంటే చాలు ఇవన్నీ ఏం అక్కర్లేదని వాళ్ల నాన్న కోప్పడ్డాడుట. అందుకే ఇప్పుడు ఇంటర్ సెకండియర్ కాలేజీ కోర్ గ్రూపులో ఉంది. ఖచ్చితంగా మంచి ర్యాంకు వస్తుందంటోంది, వాళ్లమ్మ"అని ఆమె వివరించింది.

దారిలో రెస్టారెంట్‌లో తినేసి ఇంటికి చేరుకున్నారు. మరుసటి రోజు మ్యాచ్ ఉండటంతో కొడుకును తొందరగా పడుకోమని, వాళ్లు కూడా నిద్రకు సిద్ధమయ్యారు.

పడుకుంటుంటే ఆమె "మనం కూడా పిల్లాడి మీద కాస్త శ్రద్ధ పెట్టాలి. ఈ క్రికెట్‌ను నమ్ముకుంటే ఏమవుతుందో, ఏమో? అలాని, ఊరికే వాడి మీద పడి అరవొద్దు. వాడేమైనా అయితే.." అంటూ ఆగిపోయింది.

వీడితోపాటు క్రికెట్ ఆడేవాడి చెల్లెలు ఒకవైపు చదువు, మరోవైపు డాన్స్-రెండింటిలోనూ నెంబర్ వన్‌గా ఉండాలని తల్లిదండ్రులు పెట్టే ఒత్తిడి తట్టుకోలేక ఆత్మహత్యాయత్నం చేసింది. పిల్ల దక్కిందిగానీ, ఎందుకో అదోలా ఉంటుంది. అందుకే తమ కొడుకును గట్టిగా కోప్పడాలన్నా వీళ్లు భయపడతారు. ప్రస్తుతం కొడుకు కాలేజీ స్థాయి క్రికెట్ పోటీల్లో పాల్గొంటుండటంతో ఆయన కాస్త సంతోషంగానే ఉన్నాడు. కానీ, కొన్నిసార్లు వాడిని ఎక్స్‌ట్రా ప్లేయర్‌గా ఉంచేసి, ఆడ నీయకపోవడం.. అందుకు తాను బాగా ఆడకపోవడం కారణం కాదని కొడుకు చెప్పడం అతనిలో ఆందోళన కలిగిస్తోంది. 'ఇవన్నీ నెగ్గుకు రావడం అయ్యే పనేనా?' అని అతడు తలబద్దలు కొట్టుకుంటున్నాడు.

పైకి మాత్రం "ఊ" అని ఊరుకున్నాడు.

★ ★ ★

చాలా రోజుల తర్వాత మ్యాచ్ పెట్టడం వల్లనో ఏమో చాలామంది తల్లి దండ్రులు కూడా హాజరయ్యారు. జనం బాగా కనిపించడంతో అనుకుంట ఓ సోడా బండి, సైకిల్‌పై టిఫిన్లు అమ్మేవాడు, ఐస్‌క్రీమ్‌లు అమ్మే మరో బండి కూడా వచ్చాయి. చిన్న పిల్లలప్పుడు మ్యాచ్‌కు అడ్డంపడైనా సరే మంచి ఫొటోలు తీయాలని ఆరాటపడిన తల్లులూ, తండ్రులూ; ఇప్పుడు నిశ్శబ్దంగా కూర్చుని, ఫోన్లు చూసుకుంటున్నారు. మధ్యమధ్యలో మాత్రం పిల్లల్ని ఎంకరేజ్ చేస్తూ చప్పట్లు కొడుతున్నారు.

ఈ సందడి మధ్యకు ఒకాయన నిశ్శబ్దంగా వచ్చాడు. అసందర్భంగా గట్టిగా చప్పట్లు కొట్టాడు. ఏదో వెర్రిగా అరిచాడు. దాంతో అందరూ అటువైపు చూశారు. అందరికీ అదేదో ఫ్రీ ఎంటర్‌టైన్‌మెంట్‌లా అనిపించింది.

దగ్గరగా ఉన్నవాళ్లను చూస్తూ "నీకు ఐన్‌స్టీన్ తెలుసా?" అని అడిగాడు.

కొందరు తలూపారు 'తెలుసన్నట్టు'.

"లాస్ ఆఫ్ ఎనర్జీ లా తెలుసా?"అని అడిగాడు.

అందరూ తెల్లముఖం వేశారు.

"పైథాగరస్ సిద్ధాంతం చెప్పగలరా?" అన్నాడు మళ్లీ.

అందరూ నవ్వుతూ చూస్తున్నారు.

"ఆర్గానిక్ కెమిస్ట్రీ గుర్తుందా? అమీబా అడ్డకోత పటం గీయగలవా?" అని అడిగాడు.

ఎవరూ మాట్లాడలేదు. నవ్వుతూ చూస్తున్నారంతే. కానీ, అతడు తర్వాత అన్న మాటలతో వారి ముఖాల్లో నవ్వు మాయమైంది.

"అవన్నీ మీకు ఇప్పుడు ఎంత ఉపయోగమో,వాళ్లకీ ఆటలూ అంతే" అన్నాడు.

ఒక్కసారిగా నిశ్శబ్దం అలుముకుంది. మ్యూట్‌లో పెట్టిన టీవీలోలా పిల్లలు మాత్రం మ్యాచ్ ఆడుతున్నారు. అంతవరకూ ఏదో సరదాగా చూస్తున్న వాళ్లంతా అలజడికి లోనయ్యారు. కొందరు ఫోన్‌లో వీడియో రికార్డింగ్ కూడా మొదలెట్టారు. అందరూ తననే చూస్తుండటంతో అతడు మళ్లీ అందుకున్నాడు.

"మన దేశంలో ఎన్ని గల్లీలున్నాయో తెలుసా? కనీసం గల్లీకిద్దరిని వేసుకున్నా, ఎన్ని లక్షల మంది క్రికెట్ ఆడుతున్నట్టు? అది పోనీ, క్రికెట్, షటిల్, టెన్నిస్ నేర్పే అకాడమీలన్నీ కలిపితే మన సిటీలోనే డజన్ల కొద్దీ ఉన్నాయి. దేశం మొత్తంలో ఎన్నుంటాయి? అందులో ఎంతమంది నేర్చుకుంటూ ఉంటారు? ఇన్ని లక్షల మంది లోంచి ఎంతమంది పెద్ద టీమ్‌లోకి వస్తారు?" అని ప్రశ్నించాడు.

చాలామంది 'ఇద్దరు, ముగ్గురు, ఐదుగురు' ఇలా అరుస్తూ చేతివేళ్లు చూపించారు.

అప్పుడతను గట్టిగా చప్పట్లు కొట్టి "మరి మిగిలినోళ్లంతా ఏటవుతారు?" అని

వెటకారంగా నవ్వాడు.

అందరూ ముఖాలు చూసుకున్నారు. అందరి ముఖాలు నెత్తుటి చుక్కలేనట్టు పాలిపోయాయి. అతడు వెళ్లిపోతున్నట్టు వెనుదిరిగాడు. అందరూ అతడివైపే చూస్తున్నారు.

"ఇప్పటి వరకూ మీ పిల్లల్లో సచిన్, ధోనీ, కోహ్లీ, సింధు, సానియా, విశ్వనాథన్ ఆనంద్‌లను చూసుకున్నారు, కదా? ఇప్పుడైనా ఇక మీ పిల్లల అసలు స్వరూపాలను చూడండి. మనమూ చిన్నప్పుడు ఆడాం. ఎందుకాడాం? ఆడాలనిపిస్తే ఆడాం. కానీ, బాగా ఆడితే పైసలొస్తాయని ఆడలే. పేపర్లో ఫొటోలేస్తారని ఆడలే. మనకెవరూ ట్రైనింగులియ్యలే, నేర్పియ్యలే" అంటూ వెళ్లిపోయాడతను.

అందరూ నిశ్చేష్టులైపోయారు. మామూలు స్థితికి రావడానికి చాలాసేపే పట్టింది. ఆయన చెప్పినవి వారికి తెలియనివేమీ కాదు. కానీ, వారెవరూ ఆ ఆలోచన చెయ్యలేదు. కొందరిలో అవే ఆలోచనలు అసందిగ్ధంగా కొట్టుమిట్టాడుతున్నాయి. అలా అందరి మనసులో విషయాలనూ అతడు బయటపడేశాడు.

ఆడుతున్న కొడుకు వైపోసారి చూసి అతను నెమ్మదిగా సోడాబండి దగ్గరకు నడిచాడు.

"ఎవరతను? పిచ్చోడిలా లేడు, అలా మాట్లాడాడు" అన్నాడతను, సోడాలమ్మే వాడితో.

"ఆయన ఇక్కన్నే దగ్గర్లో ఉంటడు సార్. ఒక్కడే కొడుకు. మంచిగ క్రికెట్ ఆడేటోడు. దాంతో చదువు అబ్బలేదు. క్రికెట్‌లో శానా పైకి పోయిండంట. కానీ, మనకు టీవీలల్ల అగుపించే మ్యాచ్‌ల్లోకి రావల్నంటే కాలే. కొన్నాళ్లపాటు ఏమేమో పనులు చేశాడు. కానీ, బంధువులకీ, చుట్టుపక్కల వారికీ ముఖం చూపించలేక ఎల్లిపోనాడు" అని వివరించాడు సోడాబండి ముసలాయన.

"పోయాడా?" అన్నాడు, ఆదుర్దాగా.

"ఏమో, తెలవకనే ఈయన ఇలా అయిండు. అప్పుడు సంది ఆయన అప్పుడప్పుడు బయటకు వచ్చి, ఇలా అందరినీ మంచిగ చదువుకోమని చెబుతుంటాడు" అన్నాడు ముసలాయన.

అతడు ఆలోచనల్లో కూరుకుపోయాడు. ఇంతలో ఆట ముగించుకుని కొడుకు వచ్చాడు. బండి బయటకు తీసి స్టార్ట్ చేశాడు. కొడుకు కిట్ పట్టుకుని వెనకాల ఎక్కాడు. కానీ, బండి ముందుకు కదలడం లేదు. కొడుకును ఏ దారిలో తీసుకుపోవాలో ఆ తండ్రికి తోచడం లేదు.

31 అక్టోబర్ 2020

అక్టోబర్ 2021
ఉపాధ్యాయ మాసపత్రిక

11

గృహమేగా స్వర్గసీమ

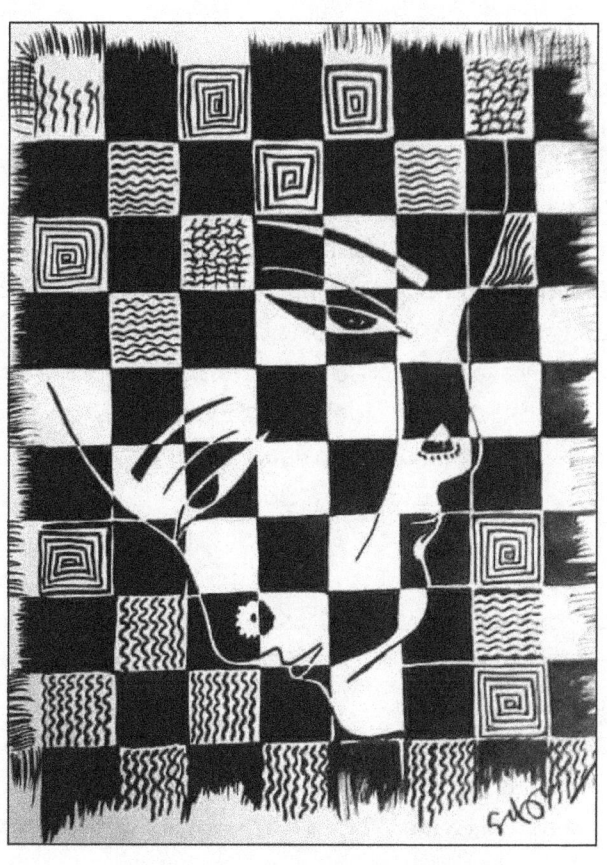

రెండ్రోజుల నుంచి ఒకటే ముసురు. ఇళ్లు, రోడ్లు అన్నీ జలమయం అయిపోయాయి. కిటికీలు, తలుపులు మూసేసి ఉన్నాయి. ఏవి తెరిచినా వర్షం రౌడీలా లోపలికి తోసుకు వచ్చేస్తోంది. న్యూస్ ఛానెళ్ల రూపంలో డ్రాయింగ్ రూంలోకి ప్రవేశించిన డ్రైనేజీ నీరు ఎప్పటిలాగే కంపు కొడుతోంది. టీవీలో ఒకటే హోరు, విలేఖరుల అరుపులు.. అవే దృశ్యాలు పదేపదే దొర్లిపోతున్నాయి. పెద్దాయన ఆలోచనలు కూడా అంతే, ఒకదానితో ఒకటి పోటీపడుతున్నాయి.

"ఏం చదువులో ఏంటో, ఇంత వర్షంలోనూ స్కూళ్లు నడపాలా? పిల్లలు వచ్చే వేళకి వేడిగా బజ్జీలో, పకోడీలో వేస్తాను. అందాక టీ తాగండి" అంటూ పెద్దావిడ వచ్చి పెద్దాయన ఆలోచనలను చెదర గొట్టింది.

ఆయనేమీ మాట్లాడకుండా టీ గ్లాసు అందుకున్నాడు.

కొడుకుతో ఒక ముఖ్యమైన విషయం మాట్లాడదామని నాలుగు రోజుల క్రితమే వచ్చారు. వచ్చిన రోజు తమను తీసుకురావడానికి క్యాబ్ బుక్ చేశాడు కొడుకు. వీళ్లు ఇంటి కొచ్చేసరికి పిల్లలు స్కూళ్లకు పరిగెట్టారు. కొడుకూ, కోడలూ ఆఫీసుకు పరిగెట్టే ప్రయత్నంలో ఉన్నారు.

వీళ్ల ముఖానికి కాసిని టీ నీళ్లు పోసి, వీళ్లు అవి తాగి కప్పు కింద పెట్టేలోగా ఇద్దరూ గుమ్మం దాటేశారు. బహుశా, పిల్లలను తీసుకొచ్చే ఆటోవాడికి ఫోన్ చేసి చెప్పినట్టున్నారు. స్కూలు కాగానే పిల్లలు తిన్నగా ఇంటికే వచ్చేశారు. లేకపోతే డే కేర్

సెంటర్‌కు వెళ్లేవారు. అక్కడ వీళ్లని కాసేపు ఆడించి, స్కూల్లో చెప్పినవే మరోసారి చెప్పి, చదివించి.. హోం వర్కులు ఏమైనా ఉంటే చేయించి-పిల్లల్ని అలా చివరి బొట్టు వరకూ పిండేసి సాయంత్రం చీకటి పడ్డాక వచ్చే తల్లిదండ్రుల బల్ల మీద, కార్ల మీద పిప్పిని పడేస్తారు. ఏ క్యాడ్బరీయో, ఫైవ్‌స్టారో ఇచ్చి పిల్లల్లో ఉత్సాహాన్ని కాస్త రగిలించిన తల్లిదండ్రులు బతుకు జీవుడా అంటూ ఇంటికి చేరతారు. ఇక అక్కడ్నించి టీవీలో కార్టూన్ షోలు చూస్తూనో, మొబైల్లో గేమ్స్ ఆడుతూనో పిల్లలు కాలం వెళ్లదీస్తుంటారు.

ఇవేళ అందుకు భిన్నంగా జరిగే సరికి పిల్లలు ఆనందంలో తేలి పోయారు. దానికి తోడు వాళ్లు రాగానే నానమ్మ, తాతయ్యలు దగ్గరకు తీసుకుని ముద్దు చేశారు. ఊళ్లో కొన్న ప్లాస్టిక్ బొమ్మలేవో వాళ్ల చేతుల్లో పెట్టారు. ఆ పిల్లలు పిజ్జాలు, బర్గర్‌లపై చేసే ఖర్చుతో పోలిస్తే ఆ బొమ్మల ఖరీదు చాలా స్వల్పం. కానీ, అవి వారికెంతో నచ్చాయి. పిల్లలిద్దరూ కూడా టీవీ కోసం కొట్లాడుకోకుండా బొమ్మలతో గోలగోలగా ఆడుకున్నారు.

ఈలోగా పెద్దావిడ బజ్జీలు వేసి తెచ్చింది. ఆయనకు ప్లేటులో పెట్టి ఇచ్చేసి, పిల్లల్ని పిలిచింది. వేడివేడి బజ్జీల్ని ఆ చేతులోంచి, ఈ చేతిలోకి; ఈ చేతిలోంచి, ఆ చేతులోకి వేసుకుంటూ చల్లార్చి, పిల్లలకు ఇచ్చింది. పిల్లలిద్దరూ కూడా వాటిని ఏదో గ్రహం నుంచి ఊడిపడిన అద్భుత పదార్థంలా చూస్తూ

"చాల బాంది, ఏంటిది?" అంటూ పోటీపడి ఊదేశారు. ఆమె ఎప్పటిలాగే సంతోషపడిందేగానీ; తనకు మిగల్చలేదని నొచ్చుకోలేదు. కానీ, ఆలోచనలకు బజ్జీలను ఆసరా చేసుకుంటూ నెమ్మదిగా తింటున్న పెద్దాయన అంతా గమనించాడు.

తన ప్లేటులోంచి కాసిని తీసి ఆమెకిచ్చాడు. ఆమె కంగారుగా "అయ్యో, నాకొద్దు. మీరు తినండి. ఈ శనగపిండి, నూనె.. అవీ నాకు అంతగా పడవు" అంటూ ఓ రెండు తీసుకుని మిగిలినవి వెనక్కిచ్చే సింది.

"సర్లే.. ఏం కాదు, తిను" అన్నాడు ఆయన 'నీ కుంటిసాకులు చాల్లే' అన్న స్వరంతో.

"మీకేం, మీరెన్నయినా చెబుతారు. అవస్థ పడేది నేను" అని మరో రెండు తీసుకుని మిగిలినవి ఆయన ప్లేట్‌లో వేసేసింది.

పిల్లల్ని ఆడించి; వారి అల్లరినీ, ఆటపాటలనీ ఆస్వాదించే సరికి చీకటిపడింది. పెద్దావిడ వంటింట్లోకి వెళ్లి చపాతీలకు పిండి తడిపి పెట్టి, కూరకు బంగాళ దుంపలు ఉడకబెట్టి వచ్చింది. పిల్లలకు ముఖాలు కడిగి, బట్టలుమార్చి; హోం వర్క్ ఉంటే చేసుకోమని కూర్చోబెట్టింది. వర్షం, ట్రాఫిక్ జామ్ వల్ల అనుకుంటా

కొడుకు కోడలు రోజూకంటే బాగా ఆలస్యంగా వచ్చారు. వాళ్లు వచ్చే సరికి చపాతీలు కూర సిద్ధంగా ఉంచింది పెద్దావిడ.

భార్యాభర్తలిద్దరూ ఫ్రెష్ అయ్యి, బట్టలు మార్చుకుని వచ్చారు.

"ఆంటీ, ఇంత హెవీగానా.. నో ఐ కాన్ట్. రాత్రి పూట ఇలా తింటే ఇంకేమైన ఉందా?" అంటూనే కోడలు ఆవురావురుమంటూ టిఫిన్ కానిచ్చింది. పిల్లల్ని ఓసారి విష్ చేసి, స్కూలు వాళ్ల ఇచ్చిన సర్క్యులర్లపై పొట్టి సంతకాలు చేసి, ముద్దులు పెట్టి గుడ్ నైట్ చెప్పేసి తమ గదిలోకి వెళ్లిపోయిందామె.

వెళ్లే ముందు హాల్లో ఆగి "నాకు హెడేక్‌గా ఉంది. నువ్వు వాళ్లని కాసేపు మాట్లాడించి పడుకో" అని అందరికీ వినబడేలా భర్తకు మాత్రమే చెప్పింది.

టిఫిన్‌లు అయ్యాక "ఏంటి నాన్నా సంగతులు" అంటూ తండ్రిని పలకరించి, మొబైల్ చూసుకుంటూ పక్కన కూర్చున్నాడు కొడుకు.

పెద్దాయన ఏమీ మాట్లాడలేదు. కొడుకు అదేమీ పట్టించు కోకుండా మొబైల్‌లో మునిగిపోయాడు.

కాసేపు చూసి "ఇంక పడుకోరా. మళ్లీ పొద్దున్నే లేవాలిగా. అలసట తీరొద్దూ.." అంటూ పెద్దావిడ కొడుకును విముక్తుడ్ని చేసింది.

వీకెండ్ వరకూ వీళ్ల వ్యవహారం ఇలాగే ఉంటుందని తెలిసిన పెద్దాయన పెద్దగా ఏమీ బాధపడలేదు. కాకపోతే, తన నిర్ణయం సరైనదే అని మరోసారి మనసులో అనుకున్నాడు. ఆ నిర్ణయాన్ని ప్రకటించడానికి వారాంతం వరకూ ఆగడానికి ఆయనకేమీ అభ్యంతరం లేదు.

ఆయన నిర్ణయంతో తమ జీవితాలు తల్లకిందులవుతాయని తెలియక పోవడంతో కొడుకూ, కోడలూ ప్రశాంతంగా నిద్రపోయారు.

★ ★ ★

"ఇల్లు అమ్మేద్దామనుకుంటున్నా" అన్నాడు పెద్దాయన.

శనివారం, అటు మధ్యాహ్నం, ఇటు పొద్దున్న కాని పదకొండు గంటల సమయాన. అప్పుడే లేచి టిఫిన్లు తింటున్న కొడుకూ, కోడలూ ముఖాలు చూసుకున్నారు.

"ఊర్లోదా నాన్నా" అన్నాడు.

'ఊర్లో ఇల్లు అమ్మేసి ఏం చేస్తారు? సారీ, ఏం చేస్తారు కాదు, ఎక్కడుంటారు? కొంపదీసి మా మీద పడరు కదా. ఏదో చుట్టపు చూపుగా వస్తే బానే ఉంటుందిగానీ, ఇక్కడే తిష్ట వేస్తామంటే.. ఎలా? ఏం చేయాలి?' అని ఆలోచనలో పడ్డారు కొడుకూ కోడలూ.

"కాదురా, ఇదే" అన్నాడాయన.

కొడుకు బిత్తరపోయాడు. కోడలకి వెంటనే పొలమారింది. దగ్గు కూడా వచ్చింది. తను ఖంగు తిన్న విషయం బయటపడేసరికి, ముఖం దాచుకోవడానికి నీళ్లు తాగే మిషతో కిచెన్‌లోకి వెళ్లిందామె.

వాళ్లిద్దరూ పని చేస్తున్న కంపెనీలు మంచివే. వారి ఉద్యోగాలు కూడా మంచివే. కాకపోతే వారింకా స్టార్టింగ్ స్టేజ్ దాటి ఎదుగుదలకు పోటీ పడే క్రమంలో ఉన్నారు. ఇప్పుడిప్పుడే ఫారిన్ ఛాన్స్ ల గురించిన వార్తలు వాళ్ల ఆఫీసుల్లో చక్కర్లు కొడుతున్నాయి. వాటిని అందుకోడానికి వాళ్లు అర్రులు చాస్తున్నారు. ఒక్క ఛాన్స్ తగిలితే.. ఇక నెమ్మది, నెమ్మదిగా కంపెనీలో వేళ్లూనుకోవచ్చు. ఆ కంపెనీ కాదన్నా, వేరే కంపెనీలో ఉద్యోగం గ్యారెంటీ అన్న ధీమాలో ఉండొచ్చు. ఇటువంటి పరిస్థితుల్లో ఆయన అలా అనడం ఇద్దరినీ సందిగ్ధంలో పడేసింది.

"డబ్బేమైనా అవసరమైందా నాన్నా?" అని అడిగాడు.

ఒకవేళ అవసరమైనా సర్దే పరిస్థితుల్లో లేరు. సగానికి పైగా తండ్రి సర్దితే, మిగిలిన మొత్తానికి బ్యాంక్ లోను తీసుకుని ఈ ఫ్లాట్ తీసుకున్నారు. వాస్తవానికి వేరే దగ్గర తక్కువ ధరలో డబుల్ బెడ్ రూమ్ ఫ్లాట్ తీసుకోమని అన్నాడాయన. కానీ, తీసుకునేప్పుడు ప్రైమ్ ఏరియాలో తీసుకుంటే అన్నిటికీ అందుబాటులో ఉంటామన్నారు. డబుల్ బెడ్ రూమ్ కాకుండా త్రిబుల్ బెడ్ రూమ్ తీసుకుంటే ఎవరైనా వచ్చినా పిల్లలకీ, తమకీ కూడా ఇబ్బంది ఉండదని వాదించారు. అప్పటికి వారికి అంది వచ్చే అవకాశాలపై నమ్మకంతో తలకుమించినదే అయినా, ఈ ఫ్లాట్ తీసుకున్నారు. కానీ, అనుకున్న అవకాశాలు ఇంకా ఊరిస్తున్నాయే తప్ప, అందిరావడం లేదు. ఓ పక్కన పిల్లల స్కూలు ఫీజులు, డబుల్ ధమాకాలాగా డేకేర్ సెంటర్ ఫీజులు, పెరిగిన ఇతర ఖర్చులతో కొన్నిసార్లు ఈఎంఐ కూడా కట్టలేని పరిస్థితి. అలాంటప్పుడు కూడా తండ్రి ఏమీ అనలేదు. ఊర్లో వున్న బ్యాంకుకు వెళ్లి అకౌంట్‌లో ఈఎంఐకి అవసరమైన మొత్తం జమ చేసేవాడు. అలాంటిది, ఇప్పుడెందుకిలా హఠాత్తుగా నిర్ణయం తీసుకున్నాడో వారికి అర్థం కాలేదు.

"డబ్బు కోసం కాదు, మీకు ఇల్లు అనవసరం అనిపిస్తోంది" అన్నాడు.

భార్యాభర్తలిద్దరూ ముఖాలు చూసుకున్నారు. పెద్దాయన అంతకుమించి ఏమీ మాట్లాడలేదు. ఎవరూ అడిగే ధైర్యం చేయలేదు. ఇదే విషయం ఆలోచిస్తూ ఎవరి పనులు వారు చక్కబెట్టుకున్నారు సాయంత్రం వరకూ. సాయంత్రం పిల్లల్ని గేటెడ్ కమ్యూనిటీ అయిన తమ అపార్ట్‌మెంట్ ఆవరణలోనే ఉన్న స్విమ్మింగ్ పూల్‌కు తీసుకుని వెళ్లాడు. కొడుకు, మనవళ్లతోపాటు ఆయన కూడా వెళ్లాడు. పిల్లలు పూల్‌లో

దిగి తోటి పిల్లలతో కలిసిపోగానే, మొబైల్‌లో మునిగిపోయే ప్రయత్నం చేస్తున్న కొడుకును

"రా, అలా నాలుగు అడుగులు వేద్దాం" అని తీసుకెళ్లాడు.

తండ్రితో ఏకాంతంగా మాట్లాడాలని ఉన్నా, అడిగే ధైర్యం లేక ఊరుకున్న కొడుకు.. మనసులో ఎగిరి గంతేసి, బయటికి మాత్రం మామూలు అడుగులు వేశాడు.

"మీ పనులు, ఉద్యోగాలు.. హడావిడి అర్థం చేసుకోగలను. కానీ, ఇంటిని మరీ ఇంత నిర్లక్ష్యం చేస్తే ఎలా? ఎక్కడికక్కడ బూజులు వేళాడుతున్నాయి. విడిచిన బట్టలు సరే, ఆ బుట్టలో వేస్తున్నారు. ఉతికిన బట్టలు ఎప్పటి నుంచో సోఫాల్లోనే పడి ఉంటున్నాయి. వాటిని ఉతుక్కుని ఉపయోగమేమైనా ఉందా? పిల్లల పుస్తకాలు, పెన్నులు, పెన్సిళ్లు, క్రేయాన్స్, ఆట బొమ్మలు ఏవైనా ఒక దగ్గర ఉన్నాయా? ఎప్పుడో కొనిపడేసిన ధనియాలు, అటుకులు, ఎండుకారం పొడి..ఒకటేమిటి ఎన్నో, ఎక్స్‌పేయరీ డేట్ అయిపోయి, పురుగులు పట్టిపోయాయి. అయినా,పట్టించుకునేది లేదు"

★ ★ ★

"టైముండటం లేదు, ఆంటీ"

"అందరికీ అదే టైము కదమ్మా. మీరంతా చదువుకున్నవారు. డెడ్‌లైన్ల మీద పని చేసేవారు. మీరే అలా అంటే ఎలా? ఈ ఇల్లు మీది కాదా? ఆ ఓవెన్ చూడు, ఎంత దుమ్ము కొట్టుకుపోయి ఉందో. దాని లోపల కిచెన్ నేప్కిన్స్ పెట్టారు. ఏం, ఇంట్లో ఇంకెక్కడా అల్మారాల్లేవా? అన్ని అల్మర్లు ఉండగా అందులో ఎందుకు పడేశారో నాకు అర్థమే కావడం లేదు. ఇక ఆ శాండ్‌విచ్ మేకర్‌ని ఎప్పుడూ క్లీన్ చేసిన పాపాన పోయినట్టు లేదు. లోపలన్నీ అంటుకుని చీమలు పట్టాయి. ఇంక సింక్ కింద బొద్దింకల గురించి చెప్పనే అక్కర్లేదు"

ఆమె పొగరుబోతు కోడలు కాదు. అలాని, అణిగిమణిగి వుండే రకం కూడా కాదు. కానీ, అర్థం చేసుకుని, అవగాహనతో నడుచు కుంటుంది. అత్తగారు ఎత్తిచూపే విషయాలేమీ అబద్ధాలు కాదు. అలాగే, ఆవిడ కూడా తనను సాధించడానికి అవన్నీ ఏకరవు పెట్టడం లేదని కూడా ఆమెకు తెలుసు.

అందుకనే "క్లీన్ చేసే వాళ్లని పిలిపిద్దామనుకున్నాం ఆంటీ. ఏ వారానికి ఆ వారం కుదరక, అలా తయారైంది" అంది నెమ్మదిగా.

"కుదరడం లేదంటే, ఎప్పటికీ కుదరదు. ఇల్లు తీరు చూస్తే మీకు కుదిరేలోపు ఇంకెంత నాశనమవుతుందో అనిపిస్తోంది. సరే, అవన్నీ అంటే ఎవరినో పిలిపిస్తావ్, క్లీన్ చేయిస్తావ్. మరి ఫ్రిజ్ సంగతి? దానికంటే నిండు చూలాలు నయం. అసలు

ఏమున్నాయో లోపల చూసే వీలు కూడా లేదు. అంతా ఇలా వుంటే కడుపు నొప్పులు, వికారాలు రమ్మంటే రావా మరి? మళ్లీ వాటి కోసం డాక్టర్ల చుట్టూ తిరగడం; దొరికీ దొరకని సెలవులన్నీ వాటికే ఖర్చయిపోవడం. ఆలోచించు, ఇదంతా ఒక సర్కిల్‌లా అనిపించడం లేదూ" అంది.

"ఆంటీ.. ఏదో ఒకటి చేస్తాం. ప్లీజ్ ఇంక వదిలేయండి. మీరవన్నీ చెబుతుంటే నాకేంటో భయంగా అనిపిస్తోంది. అయినా, ఎంతసేపూ వంటిల్లేనా?" అంది కాస్త బుంగమూతి పెట్టి. అలా అనడంలో 'మీ అబ్బాయి అసలు ఇల్లు పట్టించుకోవడం లేదు' అనే ఆరోపణ ఉంది.

"వంటిల్లే చూశా, ఇలా ఉంది. ఇక బెడ్రూమ్‌లోకి వెళితే ఎన్ని ఘోరాలు చూడాల్సి వస్తుందో అని ఆగిపోయా" అందావిడ నవ్వీ నవ్వకుండా.

కోడలు మాత్రం గట్టిగా నవ్వేసి, "అంతేం లేదులెండి. ఇద్దరం పొద్దున పోయి ఉద్యోగాలు చేసుకొచ్చి, ఈ పిల్ల పిశాచాలను సముదా యించేసరికే.. తల్లో ప్రాణం తోకకు వస్తోంది. అన్నట్టు తోక అంటే గుర్తొచ్చింది. కాస్త, నా జుట్టు సంగతి చూడండి ఆంటీ. ఎలా ఊడిపోతోందో" అని ఆమె దగ్గరగా వెళ్లి కూర్చుంది.

"మీరు ఏదో షోకు అనుకుని పార్లర్లకు వెళ్లి అడ్డమైన స్ప్రేలు కొట్టించుకుం టారు. పాడవక ఏమవుతుంది జుట్టు" అంటూ అల్మండ్ ఆయిల్ చేతిలో వేసుకుని కోడలు జట్టు పాయలు తీయడం ప్రారంభించింది అత్తగారు.

★ ★ ★

"చలి, వాన, ఎండ వంటి ప్రకృతి సంబంధిత ఇబ్బందుల నుంచి తమను తాము కాపాడుకోవడానికి మన పూర్వీకులైన ఆది మానవులు మొదట గుహల్లో నివసించడం ప్రారంభించారని అంటారు, తెలుసా?" అన్నాడాయన.

పెద్దాయన ఏం చెప్పాలనుకుంటున్నాడో అర్థంకాక, అయోమయంగా చూశాడు కొడుకు.

"చదువుకున్నవాడివి ఇవన్నీ నీకు తెలియవని కాదు. ఎక్కడో అక్కడ మొదలు పెట్టాలి కదా. వాళ్లు కూడా అలాగే మొదలు పెట్టారు. తరువాత కొన్నేళ్లకు ఒకరికోసం ఒకరుగా, అనుబంధాలకు ఆలంబనగా ఒక కుటుంబానికి ఒక ఇల్లు అనేది ఏర్పడింది. అలా మార్పులు చెందుతూ నేటి ఆధునిక గృహాలుగా మారడానికి ఎన్నో సంవత్సరాలు పట్టింది. ఇప్పుడు ఆ గృహాలను స్మార్ట్ హోమ్‌లుగా కూడా చాలామంది మార్చుకుం టున్నారు. కానీ, ఇళ్లు ఆధునికీకరణ చెందుతున్నకొద్దీ వాటిల్లోంచి అనుబంధం, ఆత్మీయత, అనురాగం, వాత్సల్యం లాంటివన్నీ కనుమరుగైపోతున్నాయి. కేవలం వస్తువులతో, ఆధునిక సాంకేతిక పరిజ్ఞానంతో మాత్రమే ఇళ్లు

విలసిల్లుతున్నాయి. మీరంతా ఆ హంగులూ, ఆర్భాటాల ఆరాటాల్లో పడి ఏం కోల్పోతున్నారో గమనించ లేకపోతున్నారు" అంటూ ఒకసారి ఆగి కొడుకు వైపు చూశాడాయన.

'మేటర్ చాలా సీరియస్'అని ముందే అనుకోవడం వల్ల అతను తండ్రి మాటలను శ్రద్ధగానే వింటున్నాడు.

తండ్రి తన వైపు చూడటంతో "అన్నీ అంత ఖరీదైనవేం కాదు నాన్నా. అదీగాక అవన్నీ ఈ రోజుల్లో ప్రతి ఇంట్లో ఉండేవే" సమర్థించుకోవడం కోసం మాత్రమే కాదు, తప్పేంటో తనకి అర్థం కాకపోవడంతో అలా అన్నాడు.

"అదేరా, నేను చెప్పేది. అందరిళ్లలో ఉంటున్నాయి కాబట్టి మనింట్లో కూడా ఉండాలి. ఒకరిని చూసి ఒకరు పోటీ పడి వినియోగ ప్రపంచంలో వ్యాపారులకు లాభాలు అందిస్తున్నారు. ఒక మాట చెప్పు-నువ్వు ఇంట్లోని హోం థియేటర్‌లో సినిమా చూసి ఎన్నాళ్లయ్యింది? లేక ఏళ్లా? నువ్వు, నీ భార్య, పిల్లలు కలిసి పడుకునేది రెండు బెడ్ రూముల్లో; కానీ ఏసీలు మూడు బెడ్రూముల్లో. అది చాలదన్నట్టు హాల్లో కూడా. కిచెన్‌లో ఒకటే తక్కువ. మీ ఇద్దరూ ఎలాగూ స్మార్ట్ ఫోన్స్‌లోనే బతుకుతారు. పిల్లలు కూడా తరచూ పాత ఫోనుల్లో గేమ్‌లు అవీ ఆడుతూనే ఉంటారు. అలాంటప్పుడు అంత పెద్ద స్మార్ట్ టీవీ ఎందుకురా, అలంకరణ కోసం కాకపోతే?"

పెద్దాయన ఆవేదన అతనికేమీ అర్థం కాలేదు. అనవసరంగా అన్నిటినీ తప్పుబడుతున్నాడని అనిపించింది.

దాంతో కాస్త అసహనం ధ్వనించే గొంతుతో "ఉన్నాయి కదాని, అన్నిటినీ, అస్తమాను వాడతామని కాదు నాన్నా. అవసరమైనప్పుడు వాడతాం. అదీగాక, ఇవేవీ లేకపోతే నలుగురిలో ఎలా ఉంటుందో తెలుసా? నువ్వు కూడా చాలాసార్లు వినే వుంటావు 'రోమ్‌లో రోమన్‌లా ఉండాల'ని.." అంటున్న కొడుకు వాక్యం పూర్తి కాకుండానే..

"మనకు అవసరమైన సామెతలు బాగానే గుర్తుంటాయిరా" వెక్కిరింతగా అని, చిరునవ్వుతో ఓసారి కొడుకు ముఖంలోకి చూసి "నలుగురికీ ఉన్నాయి కదాని, ఆ వస్తువులన్నిటినీ తెచ్చి పేర్చుకుంటాం. కానీ, ఆ నలుగురితో మనం ఎప్పుడైనా కలిసి ఉన్నామా? ఇరుగుపొరుగుతో కష్టసుఖాలు పంచుకుంటు న్నామా?" అంటున్న పెద్దాయన వాక్ప్రవాహానికి అడ్డంపడుతూ..

"ఏంటి నాన్నా, ఎప్పుడూ లేనిది అలా మాట్లాడుతున్నారు? సిటీలో అలాంటివన్నీ ఉంటాయా? మా పక్క ఫ్లాట్‌లో ఉన్నాయన్నే నేను ఒకట్రెండు సార్లు చూశా. మిగిలినవాళ్ల సంగతి కూడా అంతే. అంతా, బిజీ లైఫ్"

"అవున్రా బిజీ లైఫే. కానీ, దేని కోసం ఆ బిజీ. సంపాదన కోసం, అంతేగా? ఆ సంపాదన ఎందుకు అంటే, 'మరింత సుఖంగా బతక డానికి' అని ఆత్మవంచన చేసుకుంటారు. వాస్తవానికి ఆ సంపాదన మరిన్ని వస్తువులు కొనుక్కుని ఇంటినీ, ఒంటినీ అలంకరించుకోవ డానికి. పండగలకీ, పబ్బాలకీ వచ్చే బంధువులకీ; వీకెండ్‌లకీ, కిట్టీ పార్టీలకీ వచ్చే ఇరుగుపొరుగులకీ మీ డాబూ దర్పం చాటుకోవడానికి. అంతకుమించి ఏమీ లేదుగా?"

"పోనీ అంతే అనుకో నాన్నా" అన్నాడు, ఏమని వాదించాలో అర్థంకాక. కాసేపు ఆగి "అయినా, నేనేం చేసినా నీకు తప్పుగానే ఎందుకు కనిపిస్తోందో అర్థం కావడం లేదు"అన్నాడు నిష్ఠుర స్వరంతో.

జేబులోంచి రుమ్మాలు తీసి ముఖం తుడుచుకుంటూ "అక్కడే పొరబడుతున్నావ్" అంటూ అటూఇటూ చూశాడు. ఓ పక్కగా ఓ బెంచీ ఖాళీగా కనిపించింది. వాళ్లుంటున్న గేటెడ్ కమ్యూనిటీలోని వయోవృద్ధుల సంక్షేమ సంఘం ఏర్పాటు చేసిన బెంచీలవి. కాస్త ఎడంగా ఉన్న ఓ బెంచీపై కూర్చుంటూ

"నువ్వు చేసినవి ఏవీ తప్పులు కాదు. నిజమే, నలుగురి మధ్యా ఉంటున్న ప్పుడు వారందరితో సమానంగా తూగాలి, తూగుతున్నావు. నేననేది అక్కడితో సరి పోదని" అన్నాడు పెద్దాయన.

తండ్రి ముఖంలోకి అనుమానంగా చూశాడు కొడుకు. కొడుకు చూపును గ్రహించిన పెద్దాయన చిరు కోపం ప్రదర్శిస్తూ "ఏంట్రా, నాకేమైనా రోగమొచ్చిందను కుంటున్నావా? లేక మతిభ్రమించి మాట్లాడతున్నాననుకుంటున్నావా? అలా చూస్తున్నావ్?" అన్నాడు.

"అదేం లేదులేగానీ, కాసేపు తప్పంటావ్, కాసేపు కాదంటావ్.. అసలింతకీ ఏమంటావ్" అన్నాడు, తన అంత్యప్రాసలకే తానే నవ్వుతూ.

పెద్దాయన వెంటనే ఏమీ మాట్లాడకుండా ఆలోచనలో పడ్డాడు. తర్వాత దీర్ఘంగా నిట్టూర్చి కొడుకు వైపు చూసి "ప్రాణం కావాలా? స్వర్గం కావాలా? అని అడిగితే ఏం కోరుకుంటావ్‌రా" అన్నాడు.

"నాన్నా.." అన్నాడు కొడుకు కంగారుగా.

"అబ్బబ్బే, ఏం లేదు, కంగారుపడకు. ఊరికే అడిగా. స్వర్గం ఎంత గొప్పదైనా, మనం ప్రాణాన్నే కోరుకుంటాం కదా. అలాగే, అలంకరణలు, హంగులు స్వర్గంలాంటివి. అందరినీ ఆకర్షిస్తాయి. కానీ, ఇల్లూ, ఇంట్లోని మనుషులు మన ప్రాణంలాంటివిరా. రోజులో కాసేపైనా పెళ్లాం, బిడ్డలతో హాయిగా గడపకపోతే మనం ప్రాణంతో ఉండీ ఉపయోగం ఏముందీ. స్వర్గం అనుకుంటున్న ఇంట్లోని

వస్తువులన్నిటినీ వినియోగంలో పెట్టండి. అంతా కలిసి హోం థియేటర్‌లో సినిమా చూడండి. మోడ్రన్ కిచెన్‌లోని ఆధునిక సామగ్రిని ఉపయోగిస్తూ ఇద్దరూ కలిసి కనీసం డిన్నర్ ప్రిపేర్ చెయ్యండి. మామూలు ఆటలు ఎలాగూ ఆడలేరు. వీడియోగేమ్‌లైనా, పిల్లలతో కలిసి కాసేపు ఆడండి. వాళ్లాడుతున్న గేమ్‌లు ఎలాంటివో అర్థమవు తుంది. సంతోషంతో కళకళలాడినప్పుడేగా ఇల్లు ఇలలో స్వర్గమయ్యేది" అన్నాడాయన వివరంగా.

అంతసేపు నెలకొన్న గందరగోళం తొలగిపోయి, కొత్త స్పృహ కలగడంతో తండ్రి వైపు చూసిన కొడుకు కళ్లలోని చెమ్మ ఆ సంధ్య వెలుగులో తళుక్కుమంది.

చాలాసేపు ఇద్దరూ ఏమీ మాట్లాడుకోలేదు. కొడుకులోని భావావేశాన్ని ఓరగా గమనిస్తున్నాడు తండ్రి. తండ్రి ఏం చెబుతున్నాడో అర్థమై, అపరాధ భావనలో పడ్డాడు కొడుకు.

"ఆధునిక విలాసాలనీ, అత్యాధునిక సాంకేతికతనీ మానవత్వంతో మేళవించ డమే మనం ఇప్పుడు చేయాల్సిన లేదా చేయగలిగిన పని. ఎందుకంటే గృహమేగా స్వర్గసీమ" అన్నాడు ఊరడిస్తున్నట్టుగా, కొడుకు చేతిని ఆసరాగా అందుకుని బెంచీ మీంచి పైకి లేస్తూ తండ్రి.

31 అక్టోబర్ 2020

26 డిసెంబర్ 2020
మనతెలుగుకథలు.కామ్

12

పునరుజ్జీవం

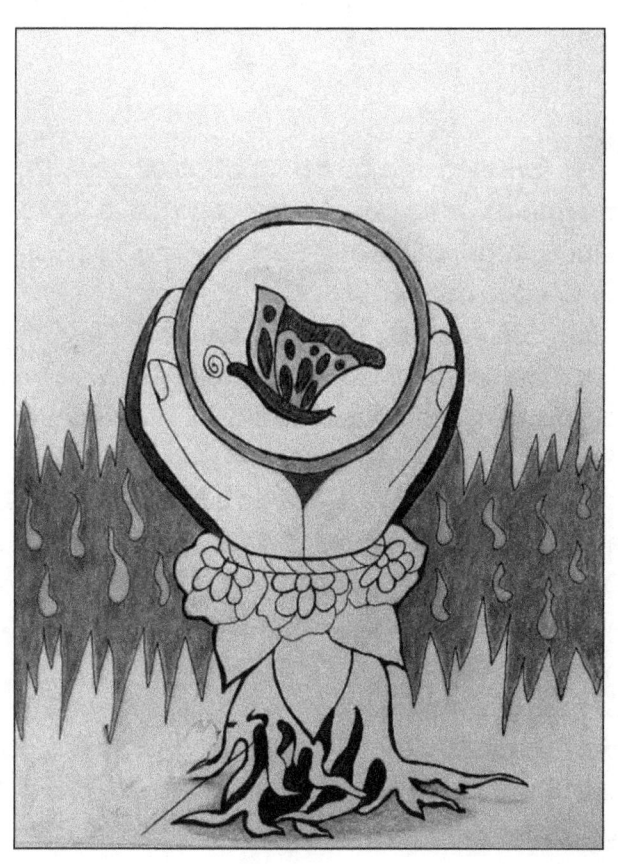

"ఆడంగి ముచ్చట్లనీ, సోది కబుర్లనీ ఊరికే హేళన చేస్తాం. కానీ, జాగ్రత్తగా ఆలకించు, వాళ్లెప్పుడూ చాలా అత్యవసరమైన విషయాల గురించే మాట్లాడుకుంటారు. దైనందిన జీవితానికి కీలకమైన అంశాలనే చర్చించుకుంటారు. వాటిని మనం అసలు ఏమాత్రం గుర్తించలేం."

"నువ్వు మరీ ఎక్కువ చేసి చెబుతున్నావనుకుంట.."

"లేదు. వాళ్లు అలాంటి విషయాలన్నింటినీ పట్టించుకుని- సంసారాల్నీ, ఆరో గ్యాల్నీ చక్కదిద్దుకుంటూ పోతుండటం వలనే మనం హాయిగా కాలక్షేపం చేయ గలుగుతున్నాం."

వాళ్లిద్దరూ చాలా సన్నిహిత మిత్రులు. పదవీ విరమణ చేసి పదిహేనేళ్లు పైనే అయి ఉంటుంది. ఇద్దరూ పని చేసింది ఒకే దగ్గర, ఉండేదీ ఒక దగ్గరే. దశాబ్దానికి పైబడి పొద్దున్నే వాకింగ్ చేస్తున్నారు. గతంలో అయితే వాకింగ్ అయ్యాక వార్మింగ్ అప్ ఎక్సర్‌సైజులు చేసే వాళ్లు. ఇప్పుడు వాకింగ్ చేయడమే గొప్ప అనుకుని సర్దుకు పోతున్నారు. అక్కడే ఉన్న బెంచీపై కూర్చుని ప్రపంచాన్ని జల్లెడ పడతారు. 'కరోనా వైరస్ మానవసృష్టా లేక సహజమైనదా? ఈసారి ఎన్నికల్లో ట్రంప్ గెలుస్తాడా, ఓడిపోతాడా? ఆంధ్రప్రదేశ్‌లోని జగన్ ప్రభుత్వం చేపట్టిన పథకాల మంచిచెడ్డలు, తెలంగాణలో కేసీఆర్ పనితీరు వెలుగు నీడలు' ఒకటేమిటి అన్నిటినీ వాళ్లు విశ్లేషించి నిగ్గు తేల్చాల్సిందే.

అమావాస్యకీ, పున్నానికీ వారిలో కొంటెతనం పురి విప్పుతుంది. బ్రైట్‌గా ఉండే లెగ్గిన్లూ, టీషర్టులూ వేసుకుని వాకింగ్ చేసే ఆడవాళ్లలో ఒకర్ని చూసి "ఇలాంటి అమ్మాయి ఓ ఇరవయ్యేళ్ల క్రితం దొరికితేనా.." అని ఒకరంటే..

"ఆమె అమ్మాయి కాదండి. అమ్మాయిలకి, వింటున్నావా.. ఇద్దరు అమ్మాయిలకి తల్లి. ఉండేది మా బ్లాక్‌లోనే" అని మరొకరు నీళ్లు చల్లుతారు.

"అయినా, నడుస్తూనూ మాట్లాడుకుంటారు; కూర్చునీ మాట్లాడుకుంటారు. అసలు వీళ్లకి ఏం టాపిక్ ఉంటుంది, మాట్లాడు కోడానికి" అని అడిగాడు స్నేహితుడు.

"ఏం, మనం మాత్రం మాట్లాడుకోవడం లే" అన్నాడు ఈయన.

వీళ్లు కేవలం కబుర్లకే పరిమితం కాదు. సమాజంలో అత్యా చారాలు, దౌర్జన్యాలు జరిగినప్పుడు తీవ్రంగా స్పందిస్తారు. ఐదారు వందల వరకు ఫ్లాట్స్ ఉండే ఆ గేటెడ్ కమ్యూనిటీలో చాలామంది వృద్ధులు ఉన్నారు. వారందరికీ ఓ సంక్షేమ సంఘం ఉంది. కొన్ని సంఘటనలు కలచివేసినప్పుడు ఆ సంఘం సభ్యులందరినీ సమావేశ పరిచి ఖండిస్తారు. నిరసనగా కవితలు చదువుతారు. క్యాండిల్ లైట్ ర్యాలీలు నిర్వహిస్తారు.

పొద్దున్న పూట వాకింగ్ అనంతరం మాత్రమే కాదు. కొన్నిసార్లు సాయంత్రాలు కూడా కలుస్తూ ఉంటారు. కొడుకు, కోడళ్లతో గొడవలు; భార్యల అనారోగ్యాలు; మనవళ్లు, మనవరాళ్ల గొప్పదనాలు కలబోసు కుంటారు. ఖచ్చితంగా ప్రతివారం కుటుంబాలతో కలుసుకుంటారు. అంటే, కొడుకులు, కోడళ్లు, మనుమలు, మనవరాళ్లు.. అంతా కలుస్తారని అనుకుంటే పొరబాటే. వృద్ధ దంపతులు మాత్రమే కలుస్తారు. ఒక వారం వాళ్లిద్దరూ వీళ్లింటికి వస్తే, తరువాత వారం వీళ్లిద్దరూ వాళ్లింటికి వెళతారు. అలా కలుసుకున్నప్పుడు చిన్న పిల్లల్లా.. భార్యల గురించి భర్తలూ, భర్తల గురించి భార్యలూ ఒకరికొకరు ఫిర్యాదు చేసుకుంటారు. చివరికి అంతా ఉల్లాసంగా నవ్వేసుకుంటారు.

ఈ స్నేహితుల భార్యలు కూడా మంచి స్నేహితులే. అప్పు డప్పుడు పూజలు, పునస్కారాల్లోనేగాక, ప్రతి శుక్రవారం మిగిలిన వారందరినీ కలుపుకుని లలితా పారాయణం నిర్వహిస్తారు. వీళ్ల ఫ్లాట్లు ఉండే టవర్స్‌లో ఒక దానికి వీధి పోటు ఉందనే అనుమానంతో గణేశ్ ప్రతిమను ప్రతిష్టించారు. కానీ, దాన్ని ఎవరూ పట్టించుకోకపోవడంతో ఆయన స్నేహితుడి భార్యే రోజూ కాసిని నీళ్లు పోసి, ఆ విగ్రహాన్ని కడిగి; పసుపు, కుంకుమ పెట్టి; నాలుగు పువ్వులు కూడా పెట్టి చక్కగా అలంక రించి నమస్కారం చేసుకుంటుంది. అయితే, ఆ గణేశ్ ప్రతిమను

అందుకోవాలంటే ఫుట్‌పాత్ ఎత్తులో ఉన్న చిన్న గట్టు ఎక్కాలి. ఆవిడకు అసలే మోకాళ్ల నొప్పులు. నడవడమే కష్టం. దాంతో ఆ కాస్త ఎత్తు గట్టు ఎక్కడానికి చేయి ఆసరా అవసరం ఆమెకి. అయితే, తనుండగా వాళ్లాయన చేయి పట్టుకోవాలంటే.. ఈ వయసులో కూడా ఆమె సిగ్గుపడటం ఆశ్చర్యం కలిగిస్తుందతనికి.

"ఫర్వాలేదులే. పనికిమాలిన సిగ్గూ, నువ్వూనూ. జాగ్రత్తగా పట్టుకో. పడ్డావంటే మంచం పడతావ్" అని స్నేహితుడు నవ్వూ, విసుగూ మేళవించి భార్యపై చిరుకోపం ప్రదర్శిస్తాడు. ఆమెను నెమ్మది గా ఆ గట్టు ఎక్కించి ఆమె విగ్రహం కడుగుతుంటే, చెంబుతో నీళ్లు పోస్తాడు. ఆమె పసుపు, కుంకుమ పెడుతుంటే.. అతను పూలు కోసి ఇస్తాడు. అంతా అయ్యాక ఆమె, ఆయనా నమస్కారం పెట్టుకుంటారు.

ఆమె చొరవగా "అన్నయ్యగారూ మీరూ ఓ దణ్ణం పెట్టుకోండి, పడుంటుంది" అంటుంది.

అతడు నవ్వుతూ "అలాగేనమ్మా" అంటూ నమస్కరిస్తాడు. ఈ దణ్ణాల సంగతి ఎలా ఉన్నా. ఆ దంపతుల ఆప్యాయతా, అనురాగాలు చూడటం అతడికి ముచ్చటగా అనిపిస్తుంది.

కానీ, ఆ ముచ్చట ఎంతోకాలం నిలవదని అప్పుడతనికి తెలియదు.

ఓ రోజు పొద్దున్నే లేచి వాకింగ్ కోసం షూ వేసుకుంటున్నా డాయన. ఇంతలో వాట్సప్ మెసేజ్ వచ్చింది. 'అతడు మరి లేడ'ని దాని సారాంశం. వెంటనే షాక్ అయిన ఆయన షూ వేసుకునే ప్రయత్నం విరమించుకుని, చెప్పులు తగిలించుకుని స్నేహితుడింటికి హడావిడిగా వెళ్లాడు.

స్నేహితుడింటి దగ్గర జనాలు మూగి ఉన్నారు. వాళ్లని తప్పించుకుని లోపలికి వెళ్లాడు. ఈయన్ని చూడగానే స్నేహితుడి భార్య దుఃఖం మళ్లీ పెరిగింది.

"మధ్య రాత్రి లేచి మంచినీళ్లు కూడా తాగారు. తెల్లారేప్పటికి.." అంటూ ఏడుస్తూనే వివరించిందామె.

"పోనీలే వదినా ఊరుకో. ఎవరితోనూ చేయించుకోకుండా మహారాజులా వెళ్లిపోయాడు" అని ఊరడిస్తున్నారెవరో.

అతను నెమ్మదిగా బయటకు వచ్చి, బెంచీ మీద కూర్చున్నాడు. గాలి మెల్లగా వీస్తోంది. సూర్యుడి లేత ఎండ నిశ్శబ్దంగా పరుచు కుంటోంది. కబుర్లు చెప్పుకుంటూ నడిచేవాళ్లు, చెవిలో ఇయర్ ఫోన్స్ పెట్టుకుని నడిచేవాళ్లు, వీడియోలు చూస్తూ ఒక్కో అడుగూ నెమ్మదిగా నడిచేవాళ్లు.. అందరూ యథావిధిగా తమ పనులు కొనసాగిస్తూనే ఉన్నారు.

ప్రతి ఉదయం స్నేహితుడితో కలిసి కూర్చునే అతను, ఇప్పుడు ఒంటరిగా.

‘ఇంకో నాలుగు రోజులు పోతే తానూ ఉండడు.అప్పుడు ఈ బెంచీపై ఎవరు కూర్చుంటారో?’ అనుకున్నాడు అప్రయత్నంగా. లేచి నెమ్మదిగా ఇంటివైపు అడుగులు వేశాడు.

ఈయన రాక కోసమే ఎదురుచూస్తున్న ఆమె, ఈయన వాలకాన్ని పసిగట్టింది. “ఏం చేస్తాం, అందరం ఏదో రోజు వెళ్లాల్సిన వాళ్లమే. సునాయాసంగా పోయారు, అంతవరకు సంతోషం. అక్కడే ఆగండి. పిల్లాడు నీళ్లిస్తాడు. కాళ్లు కడుక్కుని, ఏమీ ముట్టుకోకుండా బాత్ రూంలోకి వెళ్లి స్నానం చేసి రండి” అంది.

భార్యకు తెలిసిందంటే, అపార్ట్‌మెంట్ వాట్సప్ గ్రూప్‌లో పెట్టి ఉంటారని అతడికి అర్థమయ్యింది.

స్నేహితుడు వెళ్లిపోవడం అతడిని కృంగదీసింది. వారం, పది రోజులపాటు వాకింగ్‌కే వెళ్లలేదు. తర్వాత కూడా అలా వెళ్లి, ఇలా వచ్చేసేవాడు. ముఖ్యంగా ఆ బెంచీపై కూర్చోవడం పూర్తిగా మానేశాడు. ఎవరూ పట్టించుకోక పోవడంతో గణేశ్ ప్రతిమ దుమ్ముకొట్టుకుపోయి ఉంది. ఎండిపోయిన ఆకులు, చెత్తా దాని చుట్టూ పడి ఉన్నాయి. అతనికి ఏ పని మీదా ఆసక్తి కలగడం లేదు. మనవలతో ఆడుకోవడం లేదు. ఇంట్లోని వారితో కూడా మాటలు తగ్గించేశాడు. అలాగే ఓ ఏడాది గడిచి పోయింది. రానురానూ అతడి పరిస్థితి దిగజారిపోతున్నట్టు అనిపించడంతో డాక్టర్‌కు చూపించి, టెస్టులు చేయిద్దామనుకున్నాడు కొడుకు. ఆ కారణంగా బయటకు వెళు తుంటే వినాయక విగ్రహం ఆయన కంటపడింది. ఆ రోజే కడిగి, శుభ్రం చేసి.. పూజ చేసినట్టు తెలుస్తోంది. అతడికి అర్థం కాలేదు. స్నేహితుడి భార్య, చేయి ఆసరా లేకుండా గట్టు ఎక్కలేదు. సహాయం లేకుండా పూజా కార్యక్రమాలు పూర్తి చేయలేదు. మరి ఇప్పుడు ఎవరు చేస్తున్నట్టు ఇవన్నీ?

మరుసటి రోజు వాకింగ్‌కు వచ్చి కాసేపు అటూ ఇటూ తిరిగి ఆ విగ్రహం కనిపించేలా దూరంగా ఉన్న బెంచీపై కూర్చున్నాడు. కాసేపటికి స్నేహితుడి భార్య వంగిన నడుంతో, అడుగులో అడుగు వేసుకుంటూ నెమ్మదిగా వస్తూ కనిపించింది. ఓ చేతిలో రాగి చెంబులో నీళ్లున్నాయి. ఆ చెంబుడు నీళ్లను గట్టు మీద ఓ వారగా పెట్టుకుని, ఆ గట్టు మీద రెండు చేతులూ ఆన్చి కూర్చుని ‘పరమాత్మా’ అను కుంటూ ఓ క్షణం ఆయాసం తీర్చుకుని, అలాగే కూర్చుని వెనక్కి తిరిగి గట్టు ఎక్కింది. ఎడం చేతిని ఎడమ మోకాలిపై ఆన్చుకుని కుడిచేత్తో అతి నెమ్మదిగా చెంబందుకుని గణేశ్ ప్రతిమ పెట్టిన అరుగును పట్టుకుని విగ్రహాన్ని శుద్ధి చేసింది.

అతడి ఆశ్చర్యానికి, ఆనందానికి అవధులు లేవు. అంత చేతకాక పోయినా, ఆమె ఏ మాత్రం నిరుత్సాహపడకుండా శ్రద్ధగా చేస్తున్న ఆ పని అతనిలో కొత్త

ఉత్సాహాన్ని నింపింది. గబగబా దగ్గరకు వెళ్లాడు.

"ఎందుకండీ, ఇవన్నీ మీకు. ఓపిక లేనప్పుడు..?" అంటున్నా రెవరో.

"ఓ పూజా, పునస్కారమా? కేవలం శుభ్రం చేయడమేగా, తప్పేం లేదులే అమ్మా. మన చుట్టూ ఉండే పరిసరాలు శుభ్రంగా ఉంటేనేగా మనలోనూ ఉత్సాహం నిండేది" అందావిడ.

ఈసారి ఆమె అడక్కుండానే అతడు నమస్కారం చేసుకున్నాడు. ఉత్సాహంగా ముందు వెళుతున్న పెద్దాయన్ని పిలిచాడు. అతడి అడుగులో అడుగులు కలిపి వాకింగ్ మొదలుపెట్టాడు. వాకింగ్ చేస్తూనే కొత్త స్నేహితుడితో మాటలు కలిపాడు. అతడి నడకలోనూ, నడతలోనూ పునరుజ్జీవం తొణికిసలాడుతోంది.

03 నవంబర్ 2020   02 ఫిబ్రవరి 2021
                                                            ప్రకాశిక.ఓఆర్జి

13

పండుగొచ్చింది

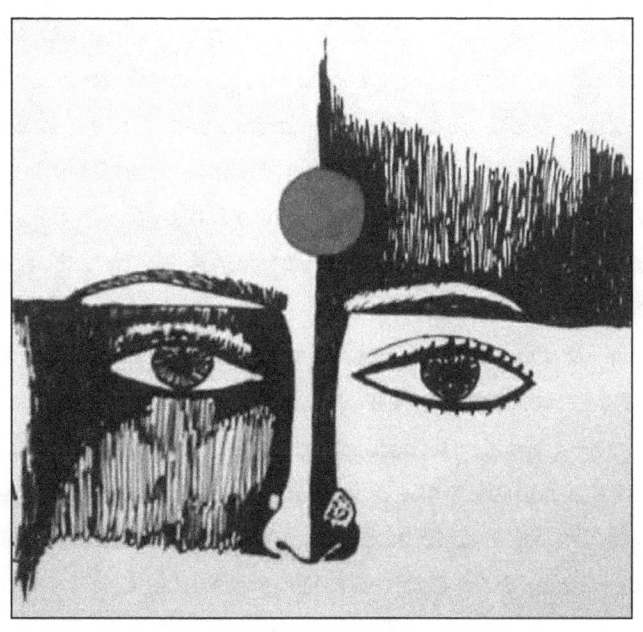

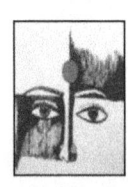

ఇంకో నాలుగు రోజులుంది పండుగ.

అప్పుడే వీధుల్లో కొన్ని ఇళ్లముందు హడావిడి కనిపిస్తోంది. కళ్లాపి చల్లడం లాంటివి లేకపోయినా, చక్కగా పైపుతో నీళ్లు కొట్టి, చుక్కల ముగ్గులు పెట్టి, అందులో రంగులు అద్ది అందంగా తీర్చిదిద్ది కనబడు తున్నాయి వాకిళ్లు. చాలామంది రాత్రి భోజనాలుయ్యాక, తదనంతరం సీరియల్స్ చూడటం కూడా ముగిశాక, ఏ పదిన్నరకో నైటీలు సవరించు కుంటూ వచ్చి ఈ ముగ్గులేయడం మొదలెడతారు. వాళ్లకు నిద్దర్లొచ్చే దాకా.. సుమారు పన్నెండింటి వరకూ అద్దాల్సిన సొగసులన్నీ అద్దీ.. పొద్దున్నే వచ్చే పాలవాళ్లు, పేపర్ వాళ్లు తొక్కేయకుండా ముగ్గుల చుట్టూ రాళ్లు అడ్డం పెట్టి లోపలికిపోయి పడుకుంటారు.

ఇప్పటి కాలం వాళ్ల పోకడ తెలుసు కాబట్టి, ‘మా రోజుల్లో అయితే..’ అంటూ ఆమేమీ సాగదీయదుగానీ; వాళ్లతో కలిసిమెలిసి ఉండలేదు. మరీ పెందలాడే కాకపోయినా, పదింటికల్లా పడుకుంటుం దామె. అవ్వడానికి వయసులో పెద్దావిడే కానీ, అంత వయసున్నట్టు కనబడదు. అందుకే ఈ కాలం ఆడవాళ్లంతా ఆమెను ‘ఆంటీ మీ హెల్త్ సీక్రెట్ మాకు రివీల్ చెయ్యరా?’అంటూ అడుగుతారు. ఆమె ‘ఆఁ ఏ సీక్రెట్టూ లేదూ, పాడూ లేదూ’ అని నవ్వి ఊరుకుంటుంది.

భర్త పోయినా, ఆమె చాలా హుందాగా ఉంటుంది. టీచర్‌గా పని చేసినందు వల్లేమో, అందరినీ అదుపులో ఉంచే తత్వం కూడా ఆమెకు సహజంగా అలవడింది. రిటైర్ అయినప్పటి నుంచి మొన్నటి వరకూ ఆమె కూడా పొద్దున్నించి, రాత్రి వరకూ నైటీల్లోనే కాలం వెళ్లబుచ్చేది, ఇంటి దగ్గరేగా ఉండేదని. కానీ, ఆమధ్య ఎందుకో బీరువాలు సర్దుకుంటుంటే.. ఎన్నో చీరలు. కొన్ని అయితే, అసలు ఒక్కసారి కూడా కట్టుకోలేదు. 'ఇంకెంత కాలం ఉంటామో, ఏమో? ఈ చీరలన్నీ ఇలా పడేసి ఏం చేయాలి? హాయిగా కట్టేసుకుంటే బెటర్' అని నిర్ణయించుకుంది.

ఆమెకు ఒక కొడుకు, కూతురు. ఆ ఇద్దరికీ చెరో ఇద్దరు పిల్లలు. అంతా అమెరికాలోనే. మనవలు చిన్నపిల్లలుగా ఉన్నప్పుడు ఆరు నెలలకోసారి అమెరికా వెళ్లి వచ్చేది. కొన్నేళ్లకి గ్రీన్ కార్డు వచ్చేయడంతో తరచూ వెళ్లడం మానేసింది. అందరికిలాగే, ఆమెకూ కోడళ్లతో సరిపడ దనుకుంటే పొరపాటు. దేనికైనా త్వరగా అడ్జస్ట్ అయిపోవడం ఆమె తత్వం. వాళ్ల డ్రెస్సులను, వ్యవహార శైలిని, వంటవార్పులను, వేటినీ.. తప్పుపట్టేది కాదు. పైపెచ్చు కొంతవరకూ మెచ్చుకుని, మెరుగులు దిద్దేది. కాకపోతే, మనవలు కాస్త పెద్దయ్యాక తన అవసరం ఎక్కువ లేదని ఇండియాలోనే ఉంటోంది. అప్పటి నుంచీ తన పాత ఆసక్తుల న్నిటికీ కొత్త రంగులు అద్దింది.

చిన్నచిన్న కవితలు రాసి ఫేస్‌బుక్, వాట్సప్ గ్రూపుల్లో పెడు తుంది. నెట్‌లో దొరికిన ఫొటోలకుగానీ, బాల్కనీలో పూలమొక్కల ఫొటోలు తీసిగానీ చక్కటి కాప్షన్‌లు పెడుతుంది. అవి ఆమెకి కొంత మంది సాహితీమిత్రులను సాధించి పెట్టాయి. వాళ్ల ఒత్తిడి మేరకు, అప్పుడప్పుడు కథలు కూడా రాస్తుంది. కుదిరితే, ఎప్పుడైనా సాహితీ కార్యక్రమాలకు కూడా హాజరవుతుంది. రచనలతోపాటు చుట్టు పక్కల ఆడవాళ్లలో ఆమెను ప్రత్యేకంగా నిలబెట్టే అంశం ఇంకొకటి కూడా ఉంది. అది ఆమె సీరియల్స్ చూడకపోవటం. 'అదేంటి.. ఒక్క సీరియ లైనా చూడరా?' అని అంతా ఆశ్చర్యంగా అడుగుతుంటారు. ఆమె చిన్నగా నవ్వి ఊరుకుంటుంది.

"పండుగ కదా అని అన్ని ఛానల్స్ వాళ్లు మాంచి సూపర్ హిట్ సినిమాలు వేస్తున్నారు. పోనీ అవైనా చూడండి. మీకు మంచి కాలక్షేపం" అని ఎవరో సలహా ఇచ్చారు.

"అలాగా, తప్పకుండా చూస్తా" అని వారికి నవ్వుతూ చెప్పింది.

కానీ 'పండుగంటే మీకు తెలిసిందింతే' అని మనసులో అనుకుంది.

ఎంతైనా, వెనకటి కాలం మనిషిగా పండుగలను ఘనంగానే చూసింది. పల్లె టూరులో ఉండే అత్తగారింట్లో ఎంతో చాకిరీ చేసింది. కానీ, ఎప్పుడూ వారిని

నిందించదు. ఎందుకంటే,అప్పట్లో ఆ పనులన్నీ చేయడం వల్లే ఆరోగ్యంగా ఉన్నానని, అవన్నీ వ్యాయామంలాంటివని నమ్ముతుంది.

ఇంకా చీకట్లు వీడకముందే లేచేది అత్తగారు. ఆమె లేచిన అలికిడి కాగానే కోడళ్లు కూడా పెరట్లోకి చేరుకునేవారు. ఇంతలోనే పాలేరు కావడితో నీళ్లు మోసుకొచ్చేవాడు. వాటిని చిన్న బిందెలతో 'అమ్మశక్తి'లాంటి (వాళ్ల అత్తగారు అలాగే అనేది) గుండిగలో పోసేవారు. ఆ గుండిగను ఆ రాళ్ల పొయ్యి మీంచి కదపగా ఎవరూ చూడలేదు. చన్నీళ్లు అందులో పోయడం, కిందన కర్రలతో మంట పెట్టడం. అవి కాగాక, మళ్లీ అందులోంచి బక్కెట్లలోకి తొరుపుకోవడం. మగవాళ్ల యినా, ఆడవాళ్లయినా ఏవో బట్టలు చుట్టుకుని అక్కడే పక్కగా స్నానాలు కానిచ్చేవారు. 'చదువుకున్న కోడళ్లు ఏమనుకుంటారో ఏమో' అంటూ అత్తగారు.. ఒంటి ఇటుకలతో రెండు గోడలు కట్టించి, చాటు కల్పించింది. కోడళ్ల స్నానాలు పూర్తయి, తలలు ఆరబెట్టుకుని వెళ్లేలోపే.. అత్తగారు వంటిల్లు, పొయ్యి అలికేసి ముగ్గులు పెడుతూం డేది. కోడళ్లలో ఎవరో ఒకరు ఆమె చేతిలోంచి ముగ్గుపిండి అందుకుని మిగిలిన ముగ్గులు పూర్తి చేసేవారు. మగవాళ్లు లేచి.. బయటకు పోయొచ్చేవారు పోయొచ్చే సరికి, అంతమందికీ ఇత్తడి గ్లాసుల్లో కాఫీలు సిద్ధంగా ఉండేవి. ఇంక అక్కడ్నించి వంటల హడావిడి. బూరెలు, గారెలు, పాయసం, పులిహోర, పప్పు, కూరలు.. అన్నీ చకచకా సాగిపో యేవి. మధ్యాహ్నం అయ్యేప్పటికి పదిహేను, ఇరవై విస్తళ్ల పైనే లేచేవి. అయినా, ఇంకా పనివాళ్లకి ఇవ్వడానికి పిండి వంటలు మిగిలే ఉండేవి.

అందరి భోజనాలూ అయ్యాక, వంటింటి వసారాలోనే అందరూ నడుం వాల్చేవారు. తనకు నిద్ర రాకపోయినా, వారితో చేరేది. అందరూ వాళ్ల కానుపులు, కష్టాలు; సంసారాలు, ఈతి బాధలు; పిల్లలు, వాళ్ల అల్లర్లు.. ఇలా ఎన్నో, ఎన్నెన్నో జీవితాలు అక్కడ ఆవిష్కృతమయ్యేవి.

సాయంత్రమయ్యే సరికి కొత్త బట్టలు.. అవే చీరలు కట్టుకుని, అంతోఇంతో ముస్తాబై.. మురిసిపోతూ, వీధి చివర గుడికో, నాలుగు వీధులవతల వున్న బంధువు లింటికో అలా వెళ్లి.. కాసేపు తిరిగి వచ్చే వారు. రాత్రి భోజనాలయ్యాక అందరూ పెరట్లో చేరి గిన్నెలు తోము కుంటూ ఆ మాటా, ఈ మాటా చెప్పుకునేవారు.

మధ్యాహ్నపు విశ్రాంతిలో, రాత్రి పనిలో వారి మాటల్లో దొర్లే జీవితానుభవాలు ఎంతో అవగాహననీ, స్థైర్యాన్నీ ఇచ్చి, ఇతరులు తమ జీవితాలు చక్కదిద్దుకోడానికి

ఎంతో ఉపకరించేవి. 'కాలంతోపాటు మనుషులూ, అనుభవాలూ, అన్నీ.. గతించి పోయాయి. కేవలం జ్ఞాపకాలే మిగిలాయి' అని జ్ఞాపకాల్లోంచి బయటపడుతూ ఆమె దీర్ఘంగా ఓ నిట్టూర్పు విడిచింది.

'కొన్నాళ్లుపోతే, ఈ జ్ఞాపకాలూ వాడిపోతాయి. తరువాతి తరా లకు అందించే వారే ఉండరు. ఇప్పటి వాళ్లు పండుగలంటే.. షోకులు, సినిమాలు అనుకుంటున్నారు. ఫేస్‌బుక్‌లో ఫొటోలు, వాట్సప్‌లో వీడియోలు పంపుకుని పండుగ చేసుకుంటున్నా మనుకుంటున్నారు. షాపింగులు చేసీ, తాగితందనాలాడి పండుగ ఘనంగా జరుపుకు న్నా మని భ్రమపడుతున్నారు. వీళ్లకెవరు చెప్పాలి.. నలుగురు కలవడమే పండుగ- అని. వీళ్లకెలా తెలుస్తుంది.. నలుగురి మనసులు విచ్చుకున్నప్పుడు వచ్చే మాటలు నాలుగు కాలాలపాటు జీవితాలను నిలబెడ తాయని'... ఇవే ఆలోచనలను గత ఏడాది షేర్ చేసుకుంటే.. 'అబ్బా ఈ రోజుల్లో కూడా ఇంకా ఇలా ఆలోచించే వాళ్లున్నారా?' అని కొందరు సాగదీశారు. 'నలుగురు నాలుగు ఊర్లలో కాదు, నాలుగు దేశాల్లో ఉంటారిప్పుడు. ఎలా కలుస్తార'ని మరికొందరు కామెంట్లు చేశారు. 'పండగకి మీ అబ్బాయిని రమ్మనమనండి, వస్తాడేమో చూద్దాం. ఊరికే అందరికీ చెప్పడం కాదు' అని కొందరు ఘాటుగా విమర్శలు గుప్పించారు.

'వీళ్ల నోళ్లు మూయించడానికైనా కొడుకును రమ్మనాలి' అని మొదట అనుకుందామె. కానీ, 'తన పంతాలకోసం, అభిప్రాయాల కోసం.. అందులోనూ ముక్కూముఖం తెలియనివాళ్లు ఏదో అన్నారని వాడిని ఎందుకు రమ్మనాలి?' అని తనను తాను సమాధాన పరుచు కుంది.

కానీ.. 'నిజమే తన కొడుకు రావాలి. తన కొడుకులాంటి పిల్ల లంతా తమ తల్లుల దగ్గరకు రావాలి. కాదూ కూడదంటే, తల్లిదండ్రు లైనా పిల్లల దగ్గరకు వెళ్లాలి. కొడుకులూ, కోడళ్లు, మనుమలు, మనవరాళ్లూ, ఆడపడుచులూ, మరుదులూ, బావగార్లు, వదినగార్లూ, మేనల్లుళ్లు, మేనకోడళ్లు.. అందరూ కలిస్తే.. అబ్బా, ఎంత బావుంటుంది. అది కదా పండుగంటే' అని అనుకుంది మనసులో.

ఆ ఊహకే ఆమె హృదయం ఉప్పొంగింది. 'కానీ, ఈ రోజుల్లో ఇంతమంది ఒక్కచోట చేరడం అయ్యే పనేనా' అనుకుని మళ్లీ ఒక నిట్టూర్పు విడిచింది.

'మిగిలినవారి సంగతెలా వున్నా, కనీసం.. నా కొడుకైనా వస్తే బావుండును, అదీ కుటుంబంతో..' అని ఆమె మనసు పదేపదే పీకింది. 'కనీసం ఈ ఒక్కసారికైనా.. వస్తే..' అని ఎన్నిసార్లో అనుకుంది.

‘వాడికి కొబ్బరు కోరు వేసిన పాయసమంటే ఎంతో ఇష్టం. అది చేసి, వాట్సప్ వీడియోలో వాడికి చూపించి, కాసేపు ఏడిపించాలి’ అనుకోగానే ఎందుకో ఆమె కళ్లు చెమ్మగిల్లాయి. గబగబా వంటింట్లోకి వెళ్లి పావుగంటలో పాయసం సిద్ధం చేసింది. వేడివేడిగా వాసనలు ఎగజిమ్ముతున్న పాయసాన్ని చూడగానే ఆమె మనసు సంతృప్తితో నిండి పోయింది. ‘వాడొస్తేనా, ఒక్క చుక్క కూడా మిగల్చకుండా నాకెస్తాడు’ అని అనుకోగానే ఆమె మనసు సంతోషంతో ఉక్కిరిబిక్కిరి అయ్యింది.

ఇంతలో ఇంటిముందు క్యాబ్ ఆగిన చప్పుడయ్యింది. మరు క్షణం కాలింగ్ బెల్ మోగింది.

29 నవంబర్ 2020

05 మార్చి 2021
సహరి.ఇన్

14

జ్ఞానం

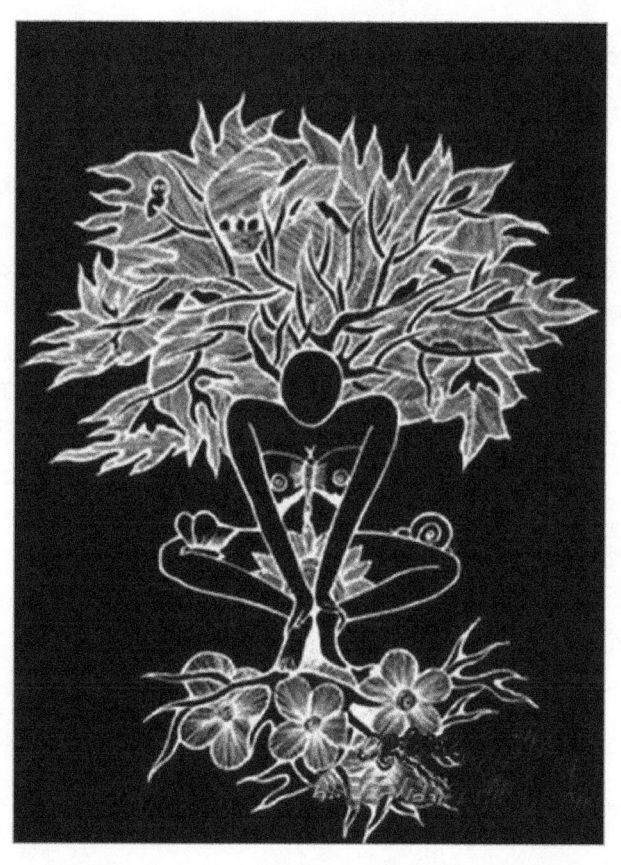

తండ్రికి కొడుకు మీద చాలా కోపం వచ్చింది.

'చిన్నప్పుడు చదువు చెప్పిన మాష్టారు ఇంటికొస్తే నమస్కారం పెట్టడానికి కూడా అంత పొగరా వాడికి' అని ఆయన ఆగ్రహంతో ఊగిపోతున్నాడు.

కొడుకు రాగానే అదే అడిగాడు.

"నేను ఇప్పుడు చాలా పెద్దవాడినైపోయాను. పెద్దపెద్ద చదువులు కూడా చదువుకున్నా. బోలెడంత జ్ఞానం సంపాదించా. నేనెందుకు గౌరవించాలి" అని కొడుకు చిరాగ్గా ప్రశ్నించాడు.

వాడికి ఎలాగైనా బుద్ధి చెప్పాలనుకున్న తండ్రి "సరేలే, పద పెరట్లోకి వెళదాం" అని కొడుకును తీసుకు వెళ్లాడు.

అక్కడి మొక్కలను పరిశీలిస్తుంటే, కొడుకు ఉత్సాహంగా "నాన్నా నేను మొన్న నాటిన విత్తనం చూడు, అప్పుడే మొలకెత్తి ఎంత చక్కగా పైపైకి ఎదుగుతోందో" అని చూపించాడు.

తండ్రి చాలా అమాయకంగా ముఖం పెట్టి "మరి నువ్వు నాటిన విత్తనం ఏదిరా?" అని అడిగాడు.

తండ్రి ప్రశ్నలోని అంతరార్థం చురుక్కుమని తగిలింది కొడుక్కి.

వెంటనే మాష్టారింటికి పరిగెట్టాడు, క్షమాపణలు చెప్పడానికి.

12 డిసెంబర్ 2020

నవంబర్ 20 - జనవరి 21
రమ్యభారతి త్రైమాస పత్రిక

15

జ్ఞానగుళిక

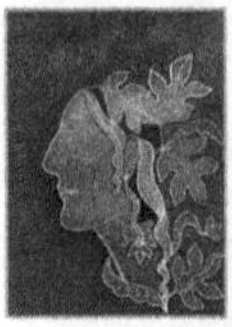

అదొక అత్యాధునిక మహా సామ్రాజ్యం. ఒకానొక రోజు ఆ సామ్రాజ్యాన్ని పాలిస్తున్న మహారాజుకు జీవితం మీద విరక్తి కలిగింది. అడవులకు వెళ్లి, సన్యాసం స్వీకరించాలని నిశ్చయించు కున్నాడు. వెళ్లే ముందు తనను మనసా, వాచా.. నిజంగా ప్రేమించే భార్యకే తన సామ్రాజ్య బాధ్యతలు అప్పగించాలని నిర్ణయించు కున్నాడు. సామ్రాజ్యంలోని అన్ని ముఖ్య ప్రాంతాలను, అన్ని సామంత రాజ్యాలను పంపకానికి సిద్ధం చేశాడు. వెంటనే భార్యలంతా తమతమ మొబైల్ ఫోన్లలో.. ఏయే ప్రాంతాల్లో రియల్ బూమ్ బాగుందో, ఎక్కడ స్థలాలు సొంతమైతే తమకు లాభసాటో లెక్కలు వేసుకోవడంలో తలమునకలై పోయారు. కానీ, మహారాజు అడవులకు వెళ్లిపోతున్నా డన్న దిగులు ఎవరిలోనూ కనిపించలేదు. దీంతో రాజుగారికి దిమ్మ తిరిగిపోయింది. భార్యల స్వభావాలు స్పష్టంగా తెలుసుకోవడానికి ఆ రాజుగారు ఓ ఎత్తుగడ వేశారు.

తాను సన్యసించినప్పుడు సపర్యలు చేయడానికి తనతోపాటు రాణులనూ అడవులకు ఆహ్వానించాలన్నదే- ఆ ఎత్తుగడ. హాయిగా తిని, త్రేన్చుతూ, వళ్లు పెంచుకుని వాల్ టీవీల్లో సీరియల్స్ చూస్తూ కంటతడి పెట్టుకునే వయసు పైబడిన రాణులకు రాజుగారి నిర్ణయం కలవరపాటు కలిగించింది. గుళ్లో పూజలకు వెళ్లినప్పుడు, పేరంటాల్లో కలుసుకున్నప్పుడు వృద్ధ రాణులంతా ఇదే విషయం

గుస గుసలాడు కున్నారు. ఆ వారాంతం క్లబ్బులో పేకాట టేబుళ్ల దగ్గర నడి వయసులోని రాణులు, స్విమ్మింగ్ పూల్ దగ్గర, పబ్‌లో వయసులో వున్న యువరాణులంతా కూడా ఈ విషయమే చర్చించుకున్నారు.

ధన, కనక, వస్తు, వాహనాలు, మరకత, మాణిక్యాలు ఒకవైపు, తాను ఒక్కడూ ఒకవైపు అని మహారాజు ప్రకటించారు. సన్యాసం స్వీకరించే తనతోపాటు అడవులకు వచ్చి సేవలు చేయడానికి సిద్ధంగా లేని రాణులు- తాను పంపిన కానుకల్లో వలసినన్ని స్వీకరించి హాయిగా ఉండొచ్చని తెలిపాడు. వయసు పైబడిన వారు 'దీపం వుండగానే ఇల్లు చక్కబెట్టుకోవాల'ని భావించారు. నడి వయసులో ఉన్న రాణులు 'ఇల్లు చక్కగా వుంటే ఎన్ని దీపాలైనా వెలిగించొచ్చ'ని ఆశించారు. ఆధునిక సుఖాలు, సౌఖ్యాలను వదులుకుని అడవులకు వెళ్లడానికి యువరాణులెవరికీ మనసు రాలేదు. చివరకు ఒక్క రాణీ కూడా తనతో అడవులకు రావడానికి సిద్ధంగా లేదని తేలడంతో మహారాజు మనసు గాయపడింది. ఆ గాయాన్ని మాన్పడానికన్నట్టు నవయవ్వనవతి అయిన ఓ రాణి మహారాజుతో అడవులకు రావడానికి సిద్ధమంటూ ముందుకొచ్చింది.

ప్రేమతో హృదయం కంపించగా, ఆ మహారాజు ఆమెను అక్కున చేర్చుకుని 'ఏం కావాలో కోరుకో' అన్నాడు.

ఆమె వెంటనే "ప్రభూ, నేనూ మీ వయసుకు వచ్చేవరకూ ఈ రాజభోగాలు అనుభవించాలని ఉంది. తర్వాత ప్రభువుల ఆజ్ఞను శిరసావహిస్తాను" అని ముద్దుముద్దు మాటలతో వినయంగా సెలవిచ్చింది. ప్రేమ మైకంలో ఉన్న ఆ మహారాజు ఆ రాణిని తన పట్టమహిషిగా ప్రకటించి, మిగిలిన రాణులందరినీ తక్షణం ఉరి తీయమని ఆదేశించాడు.

దాంతో గొల్లుమన్న రాణులంతా ఆ యువరాణితో మాట్లాడే అవకాశాన్ని చివరి కోరికగా కోరి, పొలోమంటూ ఆమె వద్దకు పరుగు తీశారు.

"మహారాజుని బురిడీ కొట్టించే ఇలాంటి చావు తెలివితేటలు నీకెలా వచ్చాయే?" అని మూతులు, చేతులూ తిప్పుకుంటూ రాణులంతా కడవల కొద్దీ కన్నీరు కారుస్తూ ఏక కంఠంతో ప్రశ్నించారు.

ఆ యువరాణి జాలిగల హృదయము కలదగుటచే, చిరునవ్వులు చిందిస్తూ ఇలా సెలవిచ్చింది.

"వాట్సప్లో వచ్చే ప్రతి చెత్త మెసేజ్నూ వదిలిపెట్టకుండా చదువుతూ కూర్చుంటే ఇలాంటి జ్ఞానగుళికలు పుష్కలంగా పుక్కట్లనే దొరుకుతాయి" అని గుట్టు విప్పింది.

హఠాత్తుగా కలిగిన జ్ఞానానందంతో ఖిన్నురాళ్లైన రాణులంతా ఆనంద బాష్పాలు రాలుస్తూ అక్కడికక్కడే మూర్ఛిల్లిరి.

14 ఏప్రిల్ 2021

16వ సంచిక
సినీవాలి.కామ్

16

తొలి కథ

వానముద్దు

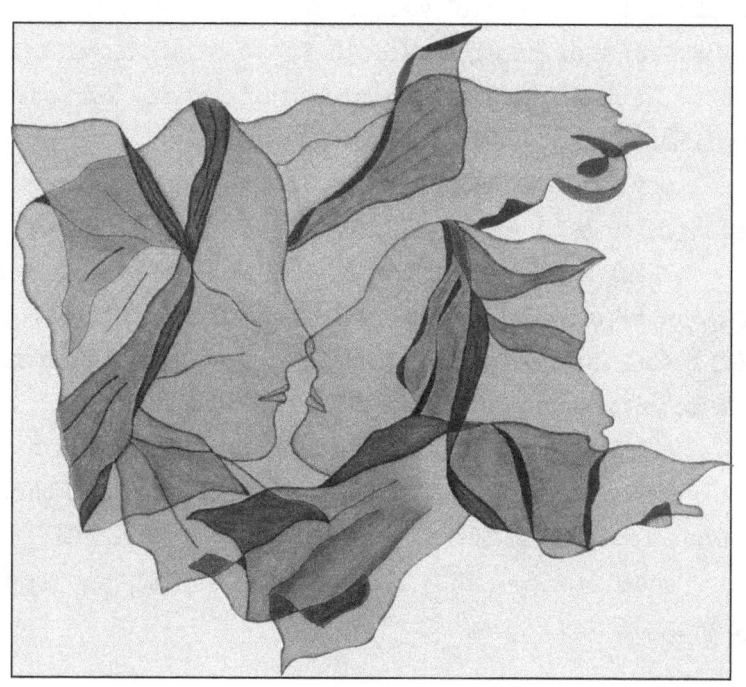

గాంధీ బస్సులో కూర్చున్నాడేగానీ అతని ఆలోచనలన్నీ తను చేరుకోబోయే ఊరు గురించి, ఆ ఊరులోని తన చిన్ననాటి ప్రియురాలు భారతి గురించి సాగుతున్నాయి. చిన్నప్పట్నించీ గాంధీ, భారతీ స్నేహితులు. ఇంటర్‌మీడియట్ వరకు కలిసి చదువుకున్నారు.

తర్వాత గాంధీ, ఎంసెట్‌లో ర్యాంకు తెచ్చుకుని ఇంజినీరింగ్ చదివి ఇంజినీర్ అయ్యాడు. ఆ ఊర్లోనే ఉద్యోగం వచ్చింది.

'చిన్నప్పుడు బడి ఎగ్గొట్టి గోదారిగట్టుకి వెళ్లటం, తను ఈత కొడుతుంటే భారతి పువ్వులూ, కాగితాలూ వేసి తెమ్మనటం.. కాలేజీ కొచ్చాక తోటలోంచి దొంగతనంగా తెచ్చిన మావిడికాయలు ఇద్దరూ కలిసి తినటం.. ఎంత సరదాగా గడిచాయా రోజులు'. బస్సు ఆగటంతో గాంధీ ఆలోచనల్నించి తేరుకుని చూసాడు.

తను దిగాల్సిన ఊరే. బేగ్, సూట్‌కేస్ తీసుకుని దిగాడు. శీతా కాలం కావటం వలన బాగా చలిగా వుంది. వాచ్ చూసుకున్నాడు. ఆరు గంటలైంది. సిగరెట్ వెలిగించుకుని ఇంటివైపు నడిచాడు. గాంధీ ఆలోచనలన్నీ భారతి గురించే.

భారతి నన్ను చూస్తే గుర్తు పడుతుందో లేదో, తను వస్తున్నట్టు ఉత్తరం వ్రాసాడు. ఎదురు చూస్తుంటుందేమో?

"నన్నూ చూడగానే చిననాటి చనువు చూపేనో..

నా దరికీ దూకునో..

తానలిగి పోవునో.. కనులార చూదము..

పల్లెకి పోదాం"

చిన్నగా ఈల వేసుకుంటూ హుషారుగా ఇంటికి చేరుకున్నాడు.

ఇంట్లో వాళ్లు కుశల ప్రశ్నల నుంచి తప్పించుకుంటూ డ్రెస్ మార్చుకుని బ్రష్ తీసుకుని పెరటి వైపు నడిచాడు.

భారతీ వాళ్లది పక్క ఇల్లే. గాంధీ వాళ్లింటికీ, భారతీ వాళ్లింటికీ మధ్యలో చిన్న మట్టి గోడే అడ్డం. గాంధీ గోడ మీంచి చూసేసరికి భారతి నూతి దగ్గర నీళ్లు తోడుతూ కనిపించింది.

గాంధీ చిన్న బెడ్డ తీసి భారతికేసి కొట్టాడు. భారతి విసురుగా వెనక్కి తిరిగి చూసింది. గాంధీని చూడగానే ఆశ్చర్యంగా అలా నిలబడి పోయింది.

గాంధీ ఏం మాట్లాడలేక చూస్తూ నిలుచున్నాడు.

కొంచెంసేపటి తరువాత భారతి నెమ్మదిగా అడిగింది.

"ఎప్పుడొచ్చావ్?"

"ఇప్పుడే అరగంటవుతుంది"

"నీ గురించి మీ అమ్మగారంతా చెప్పారు. నువ్వు చాలా లక్కీ"

"నువ్వేం చేస్తున్నావ్?"

"ఏం చేస్తాను, ఇంటర్ కాగానే చదువాపేసాను"

"ఎంత పెద్దదానివైపోయావ్, అప్పుడే చీరలు కట్టేస్తున్నావ్"

"నువ్వు మాత్రం చిన్న పిల్లాడిలా వుండిపోయావా"

"సరేగానీ, ఓసారి మా ఇంటికి రాకూడదూ, నీతో మాట్లాడా ల్సింది చాలా వుంది"

"ఏమిటో అంత విశేషం?"

"మన పెళ్లి గురించే"

భారతి సిగ్గుగా తల వంచుకుని "ఇప్పుడా, ఇప్పుడు చాలా పనుంది" అంది.

"పోనీ సాయంత్రం ఆరుకి, ఇంటికి కాదు. కాలవ గట్టుకి.. ఓణీలో రావాలి"

"అలాగే"

"తప్పకుండా రావాలి. ఎదురు చూస్తుంటాను"

"నీకంటే ముందే వస్తాగా" అంటూ బిందె తీసుకుని నవ్వుతూ వెళ్లిపోయింది.

★ ★ ★

సాయంత్రం అయిదున్నరయింది. భారతి కాలువ గట్టుకి బయలుదేరింది. ఆకాశం అంతా నల్లని మబ్బులు పరుచుకున్నాయి. వర్షం వచ్చేట్టుంది. భారతి కాలువ గట్టుకి చేరుకుని కాలువకి దగ్గరగా కూర్చుంది.

పక్కన పిల్ల కాలువ, పచ్చని పచ్చికపై ఆమె. ఎర్ర పరికిణీపై మల్లెపూవులాంటి తెల్లని ఓణీ వేసుకుంది. అప్పుడు ఆమెని చూస్తే అప్పుడే కొలనులో విచ్చుకున్న కలువలా వుంది. ఆమె తలలోని చేమంతి ఆమె శరీరం రంగుతో పోటీ పడుతోంది. ఆ అద్భుత సౌందర్య దృశ్యాన్ని చూడటానికి కాలవలోని చేప పిల్లలు నీటిలోంచి పైకి ఎగురు తున్నాయి. ఆమెని స్పృశించటమే భాగ్యమనుకున్న పిల్లగాలి ఆమె ముంగురులని సవరిస్తూ ముందుకు సాగింది.

ఆమె నయనాలు ఆత్రంగా అతని కోసం వెతకసాగాయి.

దూరంగా గాంధీ కనిపించాడు. అతనికి స్వాగతం చెబు తున్నట్టుగా పొలంలోని పైరు నెమ్మదిగా వంగి ఊగుతోంది. అతను దగ్గరవుతున్న కొద్దీ ఆమెలో అదోరకమైన సిగ్గు ఆవరించసాగింది.

అతనిని చూసిన ఆమె తల వంచుకుని చిర్నవ్వు నవ్వింది.

చల్లటి గాలి ఆమె శరీర పరిమళాన్ని అతనికి అందించింది.

కాలువలో వారి నీడలు వెండి కాన్వాసుపై కలువపువ్వు కుంచెతో వెన్నెలరంగులో ముంచి వేసినట్లుగా కౌగిలించు కుంటున్నాయి.

తామర రేకుల్లాంటి ఆమె కళ్లు అతన్ని తడిమాయి.

ఆమె ముంగురులు కవితల్ని వ్రాసాయి.

అతని గొంతు కమ్మగా వాటిని గానం చేసింది.

గాంధీ తన భుజాల చుట్టూ చేతులు వేసి దగ్గరగా తీసుకుంటుంటే వారించాలనుకుంది. కానీ సాధ్యం కాలేదు. ఆకాశం పెద్దగా ఉరిమింది.

వాన కురవసాగింది. ఇద్దరూ అలా దగ్గరగా నిలబడి వున్నారు.

గాంధీ నెమ్మదిగా ఆమె పెదవులపై ముద్దు పెట్టుకున్నాడు.

వాన పెద్దదైంది.

22 నవంబర్ 1991

ఆంధ్రజ్యోతి వారపత్రిక

17

అన్నయ్య రావాలి

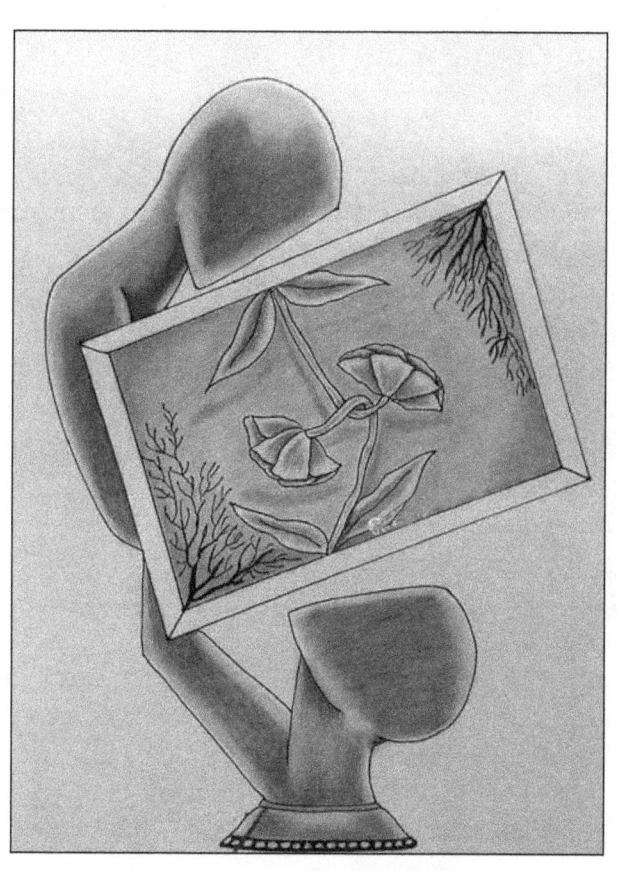

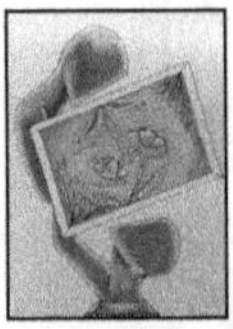

రాత్రి పది గంటలై వుంటుంది. ఎవరో తలుపు తడితే తలుపు తీసినపుడు ఇనప గడియ చప్పుడికి మెళుకువ వచ్చి గబుక్కున లేచి కూర్చున్నా. అమ్మ తలుపు పక్కన నిలబడి వుంది.

అన్నయ్య లోపలికి వస్తున్నాడు. బయట చల్లగాల్లోంచి వచ్చాడేమో, లోపల వేడిగా అనిపించి చిటచిటలాడుతుంటే చొక్కా విప్పుకుంటూ వంట గదికేసి వెళ్లాడు. అమ్మ తలుపేసి వెళ్లిపోయింది. నేను మళ్లీ దుప్పటి కప్పుకుని పడుకున్నాను.

నిద్ర రావటంలేదు. అన్నయ్య ఎప్పుడూ ఇంతే. ఎన్నిసార్లు చెప్పినా రాత్రి బాగా టైమయ్యాకనే ఇంటికి వస్తాడు. నాన్న కేకలేస్తాడు. మళ్లీ మామూలే. అన్నయ్య భోంచేసినట్టున్నాడు.

చెయ్యి కడుక్కుంటుంటే నాన్న "ఏరా, భోజనం అయిందిగా, ఇక రేపు వెలగబెట్టాల్సిన రాచకార్యాల గురించి ఆలోచిస్తూ హాయిగా పడుకో. పనా పాటా. అర్ధరాత్రి దాకా ఊరు మీద తిరగటమే. సిగ్గనిపించటం లేదూ.. ఇన్నేళ్లొచ్చినా ఉద్యోగం సంపాదించలేక పోయావ్" అన్నాడు.

అన్నయ్యకి చాలా కోపం వచ్చింది. "అక్కడ ఉద్యోగాలెవరూ ఉచితంగా పంచిపెట్టడం లేదు. నలభై వేలు ఇయ్యి సంపాదించు కొస్తాను" అన్నాడు.

"పోనీ లెద్దురూ, అర్ధరాత్రి ఈ గొడవేంటి, నువ్వెళ్లి పడుకో" అంది అమ్మ. అన్నయ్య పక్క బట్టలు తీసుకుని మేడపైకెళ్లిపోయాడు.

కొంచెం సేపాగి "అమ్మా, నేను కూడా అన్నయ్య దగ్గరకెళ్లి పోతానే" అన్నా.

"సరే, ఏదో ఏడు; దుప్పటి సుబ్బరంగా కప్పుకో" అంది.

అమ్మ ఎప్పుడూ అంతే. కొన్నిసార్లు ఎప్పుడైనా ప్రేమగా మాట్లాడుతుందిగానీ, ఎక్కువగా ఇలాగే విసుక్కుంటుంది. కానీ, అన్నయ్య అలా కాదు.

"అన్నయ్యా, నీ దగ్గర పడుకుంటాన్రా" అనడిగా.

"రా" అని ప్రేమగా పిలిచి పక్కన పడుకోబెట్టుకున్నాడు.

నేను కూడా అన్నయ్య కప్పుకున్న దుప్పట్లో దూరాను. వెచ్చగా వుంది. వెన్నెల ఎంతో హాయిగా వుంది; వాన కురుస్తున్నట్టుగా వుంది. చల్లగా వుంది. కితకితలు పెడుతున్నట్టు కొబ్బరి చెట్టు వూగుతోంది. అన్నయ్య చేతిపైన తల పెట్టుకుని పడుకున్నా. బలంగా ఎంత మెత్తగా వుందో. అదోరకం వాసన వేస్తోంది. ఎంతో హాయిగా వుంది. ఇంతకన్నా ఇంకేం కావాలి. దుప్పటి ముఖం మీదకి లాక్కున్నా.

అన్నయ్య చాలా మంచివాడు. లెక్కలు, సైన్సు పాఠాలు కొట్టకుండా, తిట్టకుండా చెబుతాడు. ఏదైనా తప్పు చేస్తే, "అలా కాదమ్మా" అని చెబుతాడు. నాన్నకి నేనంటే ఎందుకో కోపం. ఎప్పుడైనా ఆఫీసు నించీ రాగానే ఒళ్లో కూర్చోబోతే విసుక్కుంటాడు.

అమ్మ కూడా "ఆడపిల్లవి సిగ్గులేకుండా అలా ఎగరడమేనా? ఇప్పుడే ఆఫీసునించి వచ్చారు. మీద పడితే చిరాగ్గా వుండదూ" అంటుంది. అందుకే అన్నయ్యంటే నాకెంతో ఇష్టం. అన్నయ్యని వాళ్లు తిట్టినప్పుడు నాకు చాలా బాధేస్తుంది. వాళ్లందర్నీ గట్టిగా కొట్టెయ్యాలనిపిస్తుంది. కానీ, చిన్నపిల్లని కదా, అందుకే వూరుకుంటా. ఏమీ చెయ్యలేక.

అన్నయ్య ఎప్పటిలానే రాత్రి అందరం పడుకున్నాకనే వస్తున్నాడు. ఇపుడు ఏవో పుస్తకాలు కూడా తీసుకువస్తున్నాడు. ఓ రోజు రాత్రి పడుకునే ముందు అన్నయ్యనడిగా, అన్నట్టు చెప్పలేదు కదూ, నేను రోజూ అన్నయ్య దగ్గరే పడుకుంటున్నా.

"ఏంటన్నయ్యా ఆ పుస్తకాలు" అనడిగా.

"నీకు ఇప్పటి నించీ తెలీదమ్మా. తర్వాత చెప్తాగా. పడుకోయేం" అనేవాడు. అన్నయ్య మాత్రం రాత్రి చాలాసేపటి వరకూ మేడ మీద లైటు కింద కూర్చుని చదువుకుంటూనే ఉండేవాడు. నేను అన్నయ్య ఒడిలో తొడ మీద తల పెట్టుకుని అన్నయ్య చదివే పుస్తకాన్నీ, అన్నయ్య గడ్డాన్నీ, లైటు చుట్టూ తిరిగే దోమల్నీ చూస్తుండేదాన్ని. అన్నయ్య అప్పుడప్పుడు గడ్డం గోక్కునేవాడు చాలా తమాషాగా వుంటుందది. నాకు కూడా అలా చేయాలనిపిస్తుంది. కానీ నాకు గడ్డం లేదుగా.

నా నేస్తంతో చెప్పా "మా అన్నయ్య చాలా మంచాడే" అని.

అది కొంచెం దిగులుగా ముఖం పెట్టి "నాకన్నయ్య లేడుగా" అంది.

"పోనీ మా అన్నయ్య దగ్గరకి తీసుకెళ్తా మాట్లాడ్తావా" అనడిగా.

"అమ్మో నాకు భయం" అంది.

పిచ్చిది అన్నయ్యంటే భయందేనికి. ఓ రోజన్నయ్య నన్నెత్తుకుని మేడ చివరికి తీసుకెళ్లి "ఏయ్, కిందకి వదిలెయ్యనా" అన్నాడు.

"వదిలెయ్" అన్నా.

వెనక్కి తీసుకువస్తూ "నీకు భయం లేదేమే" అన్నాడు.

"నీ మెడచుట్టూ చేతులేసుకుని వున్నాగా, నాకెందుకు భయం" అన్నా. "నువ్వొట్టి పిచ్చిదానివి"అని గట్టిగా ముద్దు పెట్టుకున్నాడు.

"అన్నయ్యా, నిద్ర రావటం లేదు" అన్నా.

"నేనేం చెయ్యను" అన్నాడు, నా ముక్కు పట్టుకుని వూపుతూ.

"పాట పాడవా" అన్నా.

"ఇప్పుడు కాదులేవే" అన్నాడు.

"ఊహూ ఈ ఒక్కసారీ పాడన్నయా" అంటూ గుండెల మీద చేత్తో కొడుతుంటే "సరే" అన్నాడు.

"మేడంటే మేడా కాదు. గూడంటే గూడూ కాదు. పదిలంగా అల్లూకున్నా పొదరిల్లూ మాదీ, పొదరిల్లూ మాదీ" ఎంత చక్కగా పాడాడో. నేను అన్నయ్యని గట్టిగా పట్టుకుని గుండెలపై తల పెట్టుకుని పడుకున్నా. అన్నయ్య నా చెంపపై చేయివేసి పడుకున్నాడు. ఉండీ, వుండీ గాలి వీస్తుంటే గాఢంగా నిద్రపట్టేసింది.

★ ★ ★

ఆ రోజు మధ్యాహ్నం స్కూలుకు సెలవు.

ఇంటి దగ్గరే వున్నా. నాన్నగారు భోంచేసి పేపరు చదువు తున్నారు.

ఇంతలో రోడ్డు మీద వెళుతున్నాయన్ని చూసి "రండి, రండి ఏంటి భోజనానికి వెళుతన్నారా" అని పలకరిచాడు నాన్న.

ఆయన ఇంట్లోకి వస్తూ "అబ్బ ఎండ మాడ్చేస్తోందనుకోండి" అన్నాడు.

"అబ్బబ్బ ఈ ఎండల గురించి మరి చెప్పకండన్నయ్యగారూ, మేం ఈ మామూలు బట్టలతోనే వుండలేకపోతుంటే అంత దళసరి ఖాకీ బట్టలతో మీరెలా వుండగలుగుతున్నారో" అని తీసుకొచ్చిన కుర్చీ వేసి "కూర్చోండన్నయ్యగారూ" అంది అమ్మ.

ఆయన కూర్చుంటూ "ఏం చేస్తామమ్మా తప్పదు గదా" అన్నాడు అమ్మ మాటలకి జవాబుగా.

తర్వాత కొంచెంసేపు మాట్లాడాక వెళ్లబోయేముందు "మీ అబ్బాయ్ ఈ మధ్యన బాగా ఆలస్యంగా ఇంటికి వస్తున్నట్టున్నాడు" అన్నాడు.

నాన్న ఎందుకో కొంచెం సీరియస్‌గా ముఖంపెట్టి "ఆ ఏవో మీటింగులవుతుంటే వింటూ వున్నానంటాడు. ఏం?"

"అబ్బే ఏంలేదు. రోజులు అసలే బాగోలేదు. ఎందుకు చెప్పండీ ఆ మీటింగులకీ, వాటికీ మనలాంటి వాళ్లు. అలా వెళుతున్నాడనే కదా మొన్న ఎదురింటి కుర్రాడ్ని పట్టుకెళ్లాం" అన్నాడు.

"మావాడు అన్నది అలాంటివాటి గురించా. నాకు తెలీనే తెలీదు" అన్నాడు నాన్న కంగారుపడుతూ.

"తెలిసినా, తెలియకపోయినా రేపు ఏవన్నా జరిగితే ఎవ్వరూ ఏం చెయ్యలేరు. చేతులు కాలాక ఆకులు పట్టుకున్నట్టు తర్వాత ఎన్ననుకుని ఏం ప్రయోజనం చెప్పండి" అన్నాడు చేతులు తిప్పుతూ.

"అలాగే ఇక మా వాడ్ని గుమ్మం కదలద్దని గట్టిగా చెప్తా"నన్నాడు నాన్న.

"అదీ ఆ పని చెయ్యండి. ఏదో ఒకే వీధిలో వుంటున్నవాళ్లం కదా. ఆ పరిచయంకొద్దీ చెప్పా. వస్తానండీ" అని అమ్మకేసి చూసి "వెళ్లొస్తానమ్మా" అన్నాడు.

"ఎప్పుడైనా వస్తూండండన్నయ్యగారూ" అందమ్మ.

"అలాగే" అని అతను వెళ్లిపోయాడు.

నాకెందుకో కొంచెం భయం వేసింది. అమ్మా, నాన్నా కూడా అలాగే కనబడ్డారు. నేను నా పుస్తకం మూసేసి బయటకొచ్చి అరుగు మీద కూర్చున్నా. చాలాసేపయింది. అన్నయ్య మాత్రం ఇంకా రాలేదు. రాత్రయింది. అయినా రాలేదు.

నేను పడుకోకుండా మేలుకుని వుంటే "అలా కొరివిలా కూర్చోక పోతే పడుకోవచ్చు కదా" అని అమ్మ కసురుకుంది.

ఎప్పుడొచ్చాడో అన్నయ్య వచ్చాడు.

వాడి కోసమే ఎదురుచూస్తున్న నాన్న అంతెత్తున ఎగిరిపడ్డాడు. అన్నయ్య చేతిలో పుస్తకాలు లాక్కుని విసిరికొట్టాడు.

"కూడూ, గుడ్డా పెట్టని ఈ వెధవ పుస్తకాలన్నీ చదవట మెందుకు" అని తిట్టాడు.

అన్నయ్య ఏం అనలేదు. భోజనం చెయ్యకుండా పక్కబట్టలు తీసుకుని మేడపైకి పోతూ అమ్మని చూసి "నువ్వెందుకు పిన్నీ, కళ్ల నీళ్లు పెట్టుకోవడం, ఇప్పుడేమయిందనీ. ఇది మా ఇద్దరికీ రోజూ వుండే గొడవే కదా" అన్నాడు.

అన్నయ్య ఎప్పుడూ అమ్మని 'పిన్నీ' అనే పిలుస్తాడు.

ఆ రోజు కూడా అన్నయ్య దగ్గర పడుకోబోతే "అమ్మ దగ్గర పడుకోమ్మా" అన్నాడు.

"వూహూం. నీ దగ్గరే పడుకుంటా"నని చేతులు సాచా.

ఎత్తుకుని మేడ మీదకి తీసుకెళ్లాడు. అన్నయ్య లైటు కింద కూర్చుని చదువుతుంటే నేను ఒడిలో తల పెట్టుకుని పడుకున్నా. కానీ, నిద్దర రాలేదు. కళ్లు తెరిచి చూస్తే అన్నయ్య నాకేసే చూస్తున్నాడు. నేను కళ్లిప్పటం చూసి చేత్తో నా చెంప మీద రాస్తూ "రేపు నేను ఎక్కడికైనా వెళితే ఎలా పడుకుంటావే" అనడిగాడు.

నాకు చాలా భయం వేసింది. లేచి కూర్చుని "ఎక్కడికెళ్తా వన్నయ్యా" అన్నా.

"ఎక్కడికైనా.." అదోరకంగా వుందన్నయ్య గొంతు. కళ్లు లైటు వెలుగులో మెరుస్తున్నాయి.

"ఏడవకన్నయ్యా, నువ్వు ఎక్కడికీ వెళ్లొద్దు. నువ్వెళ్లిపోతే నా కేడుపొస్తుంది" అన్నా. నాకప్పుడే ఏడుపొచ్చేస్తోంది.

వెంటనే అన్నయ్య "ఉత్నే అన్నా. నేనెక్కడకెళ్తా? ఎక్కడికీ వెళ్లను పడుకో" అన్నాడు.

"మరి నువ్వో" అన్నా.

"నేనూను" అంటూ పడుకున్నాడు.

ఓ చెయ్యి అన్నయ్య మీదేసి గట్టిగా పట్టుకుని పడుకున్నా. అన్నయ్య నా వీపు చేత్తో మెల్లగా తడుతున్నాడు. అన్నయ్య ఉంటేనే వెన్నెల, అన్నయ్య ఉంటేనే ఆట, అన్నయ్య ఉంటేనే పాట, అన్నయ్య ఉంటేనే అన్నీ. అందుకే అన్నయ్య ఎక్కడికీ వెళ్లకూడదు. మరికొంచెం గట్టిగా పట్టుకుని నిద్దరోయా.

చాలాసేపయిన తర్వాత దబదబా బాదుతున్న చప్పుడూ, ఏవో కేకలు విన్పిస్తుంటే వులిక్కిపడి లేచా. అమ్మానాన్నతోపాటు చాలామంది మేడమీంచి చుట్టూ చూస్తున్నారు. వారిలో చాలామంది మధ్యాహ్నం వచ్చిన 'అంకుల్'లానే వున్నారు. కానీ చేతిలో సన్నటి కర్రలూ, నల్లటివేవో భుజాలకి వున్నాయి. వారందరూ ఏం వెతుకుతున్నారో తెలీక "ఏంటే" అని అమ్మనడిగా.

ఇంతలో అంకుల్లాంటాయన వచ్చి 'మీ అన్నయ్య ఎక్కడికెళ్లాడు' అని అడిగాడు.

అప్పుడుగానీ నాకు తెలీలే వాళ్లందరూ అన్నయ్యని వెతుకుతున్నారని. 'అవునూ అన్నయ్య ఎక్కడికెళ్లాడు?' చాలా కంగారేసింది. భయం కూడా.

అమ్మనడిగా "అన్నయ్యేడే" అని.

"ఏమోనే, ఎక్కడికి పోయాడో," అంది కొంచెం బాధగా, కొంచెం నిష్టూరంగా. అంకుల్లాంటివారందరూ వెళ్లిపోయారు.

నాన్న దిగులుగా కూర్చున్నాడు. అమ్మ వంటింట్లో కూర్చుని ఏడుస్తోంది. ఎందుకో నాక్కూడా ఏడుపొచ్చేసింది. అయినా అన్నయ్య రేపు రాత్రికి వచ్చేస్తాడులే అనుకున్నా. కానీ, రాలేదు.

★ ★ ★

ఇది జరిగి చాలా సంవత్సరాలైంది. ఇపుడు మా పెద్దబ్బాయి కూడా వాళ్ల మావయ్య చదివిన పుస్తకాల్లాంటివే చదువుతున్నాడు. ఎప్పుడైనా మావయ్య గురించి చెబితే, 'నేను కూడా మావయ్యంత ఎప్పుడవుతానే,' అనేవాడు. మావయ్యని చూపించమనేవాడు. ఎలా చూపించను.

"వస్తాడులే" అనేదాన్ని. అవును, రాక ఎక్కడికి పోతాడు? ఈ చెల్లెల్ని చూడటానికి ఎప్పుడో ఒకప్పుడు రాకుండా వుండడు. అన్నయ్య వస్తే నా కొడుకుని గర్వంగా చూపొద్దూ.

అందుకే అన్నయ్య రావాలి.

04 డిసెంబర్ 1992
ఆంధ్రజ్యోతి వార పత్రిక

18

నీకోసం నేను లేనూ...

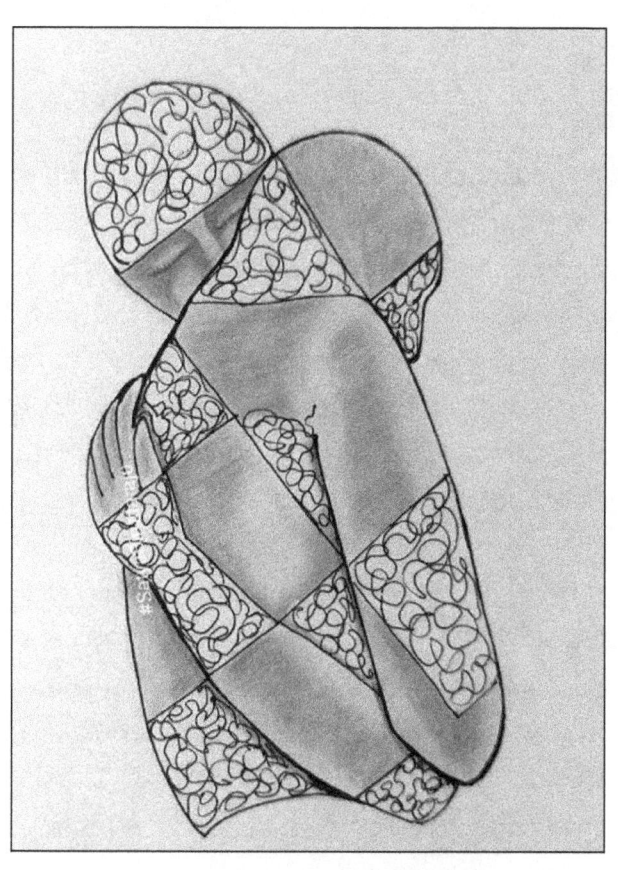

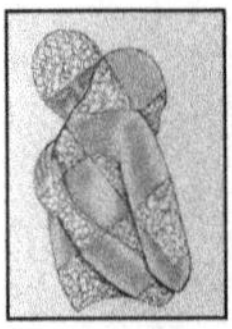

"మీకెవరూ చెప్పి ఉండరు, నేను జైలుకెళ్లానని.." అని ఆగాడతను.

అతనికి కొంచెం దూరంగా తలదించుకుని కూర్చుని వున్నా. ఏదో తెలియని ఆరాటంగా వుంది. గమ్మత్తుగా వుంది. మొట్టమొదటి సారిగా పెళ్లిపీటల మీద కూర్చోవాల్సిన వాళ్లం ఇలా వెన్నెల్లో చెట్ల మధ్యన. చెట్ల నీడలు తేలికగా పగలంతా అలిసిపోయిన వాళ్లకి రాత్రి నిద్ర పట్టడానికి నెమలి కన్నులతో విసురుతున్నట్టుగా వూగుతున్నాయ్. చల్లని గాలి చెవుల వెనక దూరి కితకితలు పెడ్తూ నవ్వుతోంది. నేల తడితడిగా మెరుస్తోంది. నిద్దట్లో మేల్కొన్న పక్షుల రెక్కల చప్పుడు అప్పుడప్పుడు వినిపిస్తోంది. కోవెలలో ఎవరిదో పెళ్లనుకుంటా పాటలు వినిపిస్తున్నాయి. "ప్రతీ రాత్రి వసంత రాత్రి, ప్రతి గాలి పైర గాలి, బ్రతుకంతా ప్రతి నిమిషం పాటలాగ సాగాలీ.. ప్రతి నిముషం"అని పాట తేలి వస్తుంటే 'ప్రియా.. ప్రియా' అని పిలుస్తున్నట్టుగా వుంది ప్రకృతి. ఇదంతా నిజమేనా అనిపించేట్టుగా వుంది. ఎన్ని సంవత్సరాల నించి వున్నానిక్కడ. ఎప్పుడైనా చూశనా, మొట్టమొదటిసారి చూట్టం.. ఇంత అందాన్ని. అదీ.. అతని సమక్షంలో. ఇలా ఆనందంలో తేలుతున్న నాకు అతనన్న మాటలకి తల తిరిగినట్టయింది. ఏమిటీ ఇతనేమిటి జైలుకెళ్లటమేమిటి. నేనేమడిగానూ, ఏం చెబుతున్నాడు. నాకిప్పుడనిపిస్తోంది, అనవసరంగా అడిగానేమోనని.

అతను మళ్లీ ప్రారంభిస్తూ "నాకు సినిమాలంటే చాలా ఇష్టం ఒకప్పుడు. కొత్త సినిమాలొస్తే పక్కనున్న టౌన్‌కి వెళ్లి ఏదో ఒకాట, దేనికి టిక్కెట్లు దొరికితే దాన్ని చూసి వస్తూండేవాడ్ని. అది నాకు కొత్త కాదు. కానీ, ఓ రోజు ఫస్ట్ షో సినిమా చూసి స్టాండ్ కొచ్చేసరికి చివరి బస్సు వెళ్లి పోయింది. రెండు, మూడు వెహికల్స్‌ని లిఫ్ట్ అడిగా. లాభం లేకపోయింది. ఇంతలో ఓ లారీ వస్తే అది ఎక్కా. వెనకాల చాలమంది కుర్రాళ్లు కూర్చుని ఉన్నారు. ఏదో మీటింగ్ గురించి మాట్లాడు కుంటున్నారు.

"పర్మిషన్ ఇచ్చాడా?"

"ఏమో వెళ్తేగానీ తెలీదు"

"పర్మిషన్ ఇస్తే బాగానే వుండును. ఇవ్వకపోతే మాత్రం కష్టం"

"అందుకే ఇన్ని జాగ్రత్తలు" అనుకుంటున్నారు.

జెండాలు కట్టడానికి చిన్నచిన్న కర్రలూ, బేనర్లూ, మీటింగప్పుడు పంచటానికి ఏవో కాగితాలూ ఓ పక్కన ఉన్నాయి. ఇంకా ఏవో నినాదా లున్న అట్టలున్నాయ్ వాళ్ల దగ్గర. అందులో ఏవి ముందుండాలి, ఏవి తరువాతుండాలి.. ఇలా ఏవో మాటల్లో వున్నారు వాళ్లంతా. నేను ఇలాంటివి ఇంత దగ్గరగా చూడటం ఇదే మొదటిసారి. అప్పుడప్పుడు మా ఊరు వచ్చి, జెండాలు కట్టి కొంతమంది పాటలు పాడేవారు. మూగిన జనంలోంచి నేనూ ఒకడ్నై చూసేవాడ్ని. వాళ్లనలా దగ్గర్నించి చూస్తుంటే గర్వంగా వుంది.

వేగంగా వెళుతున్న లారీ ఒక్కసారిగా సడన్ బ్రేకుతో ఆగింది. అడ్డుగా ముందుకి ఎర్రలైటున్న జీపూ, వెనక నీలం రంగు వ్యానూ ఆగాయి. ఒక్క క్షణలో ఆ ప్రాంతమంతా రణరంగంలా మారిపోయింది. లారీలోని కుర్రాళ్లందరూ గబగబా దూకేసి ఎటుపడితే అటు పరిగెడు తున్నారు. వ్యానులోంచి దిగినవాళ్లు లాఠీలతో వెంటాడుతున్నారు. ఏమిటో తెలీదుగానీ, ఏదో జరుగుతోంది. ఏదో పెద్ద ప్రమాదం ముంచు కొస్తోందనిపించిందా క్షణం. నేను కూడా లారీలోంచి దిగబోయి కొంచెం తూలా. అంతే, వాళ్లు నన్ను చూసేశారు. పరిగెట్టుకొచ్చి పట్టుకున్నా డొకడు. నాకేదో భయంగా వుంది. ఎందుకు పారిపోతున్నారు? ఎందుకు పట్టుకుంటున్నారు? ముఖ్యంగా నన్నెందుకు పట్టుకున్నారు? నాకేం అర్థం కావట్లేదు.

అంతలో మరో ఆయన వచ్చి "వీడ్ని నే చూస్తాలే. ఆ పొలాల్లోకి పోయారు. వాళ్లెంట నువ్వు కూడా వెళ్లు" అన్నాడు - నన్ను పట్టుకున్న వాడ్ని ఉద్దేశించి.

నాకేసి తిరిగి "ఏరా ఎర్రచొక్కేసుకోగానే హీరోవైపోయావురా? దొంగనా కొడకల్లార

మిమ్మల్ని బొక్కలో ఏసి నాలుగు పొడిస్తే తెలుస్తుంది హీరోయిజం ఏటో" అన్నాడు. నేను ఆయన్ని బతిమాలి తప్పుకుందామనే అనుకున్నా.

"నాకేవీ తెలీదనీ, సినిమా నుంచి వస్తున్నా"నని చెబుదామను కున్నా. కానీ, అతని ప్రవర్తన చూశాక, నమ్మడని తెల్సిపోయింది.

ఇంతలో కొంతమంది ఒకడ్ని పట్టుకొచ్చి "సార్, ఈడొక్కడే దొరికాడు, మిగిల్నోళ్లు పారిపోయారు. ఎంత చూసినా కనబళ్లేదు" అన్నాడు.

నన్ను పట్టుకున్నాయన వాళ్లని పురుగుల్ని చూసినట్టు చూస్తూ "పాతికమంది కుర్రాళ్లని వందమంది కల్సి పట్టుకోలేకపోయారా? సుబ్బరంగా తినేసి తొంగునే వుద్యోగం అనుకున్నారేటిది? మీకు జీతాలుట్నే ఇస్తున్నారురా" అంటూ నన్ను ముందుకు తోసి "ఈనా కొడుకులిద్దర్నీ వ్యాన్‌లో ఏసుకెళ్లి బొక్కలో పడేసి నాలుగు తన్నండి. అల్లే చెప్తారు, మిగిల్నోల్లు ఎక్కడకెల్లింది" అని జీపు వైపు నడిచాడు.

నేను వేనెక్కుతూ జారి కిందకి పడబోతే కిందనున్న వాళ్లలో ఒకడు "ఏరా ఇక్కడ్నించే ఏషాలేస్తున్నావా" అంటూ బూటుకాలితో తన్ని జుట్టు బలంగా పట్టుకొని పైకి లేపి వ్యాన్ వైపు తోశాడు. పొలాల్లో దొరికి పోయిన కుర్రాడు చెయ్యందిచ్చాడు. ఎక్కి కూర్చున్నా. చెయ్యందిచ్చిన కుర్రాడిలో ఏ బాధా వున్నట్టు లేదు. ఏదో స్కూలుకో, కాలేజీకో వెళుతున్నంత మామూలుగా, మాకిది మామూలే అన్నంత సహజంగా కూర్చున్నాడు. నావైపు జాలిగా చూశాడు. నేను తలదించుకున్నా.

ముందు ఇద్దర్నీ ఒకే గదిలో తోశారు. తర్వాత నన్ను ఆ గదికి ఎదురుగా వున్న మరో గదిలోకి మార్చారు. ఆ కుర్రాడున్న గదిలోకి మరో నలుగురు వెళ్లారు. వాళ్లలో ఇద్దరు ఆ కుర్రాడ్ని చెరో పక్కా పట్టు కుంటే మిగిలిన వాళ్లు ఒకళ్ల తరువాత ఒకరు బలంగా కర్రలతో కొట్టారు. ఆ కుర్రాడు గోడలు బీటలువారేట్టు అరుస్తున్నాడు. కానీ, వాళ్లా కుర్రాడ్ని వదల్లేదు. బోర్లా పడుకోబెట్టి బాదారు. జుట్టు పట్టుకుని గోడకేసి కొట్టారు. బూటు కాలితో పొత్తి కడుపులో తన్నారు. ఆ కుర్రాడికి స్పృహ తప్పింది. ఆ తర్వాత నా వంతనుకుంటా నా గదిలోకి వచ్చారు.

"ఏంటి మిమ్మల్నీ కొట్టారా?"అని అతని భుజంపై చేయి వేయడంతో ఆగాడు. నేను అలాగే చూస్తూ చెయ్యి తీసుకోబోయా, అతను నా చేతిని పట్టుకుంటూ "ఏం నన్ను కొట్టకూడదా?" అన్నాడు.

"మిమ్మల్నెందుకు కొట్టాలి? మీరేం తప్పు చేశారు కనక, అయినా అంత గట్టిగా కొడితే మీరు తట్టుకోవద్దూ?" అన్నా.

"ఏం నేనేమైనా పై ఆఫీసర్ కొడుకునా కొట్టకపోవడానికి? అయినా ఆ కుర్రాడు మాత్రం ఏం తప్పు చేశాడు గనక, ఒకవేళ తప్పు చేస్తే మాత్రం అంత తీవ్రంగానా కొట్టడం" అన్నాడు ఆవేశంగా. అనీ, "నా దగ్గరకొచ్చేసరికి నా పరిస్థితి ఇపుడులా లేదులే. భోరున ఏడ్చా. అతని కాళ్లు పట్టుకుని 'నాకేం తెలీదని, సినిమా నుంచి వస్తున్నాననీ చెప్పా."

ఎందుకో కొట్టకుండానే "నిజమేనా, నాటకమా" అన్నాడు.

"నిజంగానే ఒట్టు" అన్నా.

"సరే తెల్లారి మీ నాన్నకి కబురంపిస్తా, పోదువుగాని" అన్నాడు.

ఆ సమయంలో వాళ్లు చాలా గొప్పవాళ్లలా కనిపించారు. కొట్ట కుండానే వదిలేశారు. అంతేచాలు అనుకున్నా. ఈ విషయం వినగానే నాన్న పరిగెత్తుకొచ్చాడు. వాళ్లతో చాలాసేపు మాట్లాడాడు. ఏదో బ్రతి మాలుకున్నాడు. వీల్లేదన్నారు. చివరికి ఏదో ఒప్పందానికి వచ్చి నట్టున్నారు.

నాన్న నా దగ్గరకొచ్చి 'భయం లేదురా నాన్నా, నేను మధ్యాహ్నం వచ్చి తీసుకుపోతా. కంగారుపడకు' అని వెళ్లిపోయాడు.

అన్నట్టుగానే మధ్యాహ్నం వచ్చి తీసుకుపోయాడు" అంటూ ఆగాడు.

"పోనీలెండి, ఏ ప్రమాదం లేకుండా బయటపడ్డారు. మరి ఆ కుర్రాడో" అన్నా.

"తర్వాత తెలుసుకోవాలనుకున్నా ఆ కుర్రాడి గురించి, వీలు పడలేదు. ఏమయ్యాడో" అన్నాడు.

"అయినా మీ అమ్మగారి గురించి అడిగితే ఇదంతా ఎందుకు చెప్పినట్టు" అన్నా.

"ముందే చెప్పానుగా ఆ విషయం చెప్పాలంటే చాలా విషయాలు చెప్పాలని. నీ దగ్గర ఏదీ దాయటం నాకిష్టం లేదు. అందుకే వివరంగా చెబుతున్నా. అది మొదటిసారే కావచ్చు, అక్కడకి వెళ్లటం. కానీ, మరచిపోలేని జ్ఞాపకంగా ఉండిపోయింది. అదో దుస్వప్నం. నిజానికి బయటికైతే రాగలిగానుగానీ, వాళ్ల కనుసన్నల నుంచి తప్పించు కోలేకపోయా. నన్ను ఓ కంట కనిపెడ్తున్నారని తెలుస్తూనే వుంది.

ఓ రోజు రాత్రి మేడ మీద కూర్చున్నా. చుట్టూ దట్టంగా చీకటి. అమావాస్య దగ్గర పడుతోంది. నక్షత్రాలు మాత్రం అమావాస్యా, పున్నమీ భేదం లేదన్నట్టు మెరుస్తూనే వున్నాయి. ఇంతలో ఎవరో గోడ దూకిన చప్పుడయ్యింది. వెంటనే టార్చి లైటు తీసుకుని లేవబోయా. "మరేం భయంలేదు, మేమే" అంటూ దగ్గరకొచ్చారు.

వాళ్లు మొత్తం నలుగు రొచ్చారు. వాళ్ల చేతుల్లోనూ టార్చిలైట్లున్నాయి. ఆ వెలుగులోనే వాళ్లని చూశా. గుర్తుపట్టగలిగా. వాళ్లే, ఆ రోజు లారీలో నుంచి పారిపోయిన వాళ్లు.

"అదేంటి ఇలా వచ్చేశారు. పారిపోండి వాళ్లకి కనిపిస్తే పట్టుకుని చితగ్గొట్టేస్తారు. పారిపోండి" అన్నా, కంగారుగా.

వాళ్లలో ఒకడు చిన్నగా నవ్వుతున్నాడు. మిగిలిన ముగ్గురూ సీరియస్‌గా వున్నారు.

"మాకొచ్చే భయమేం లేదుగానీ, నువ్వు చెప్తానంటే కొన్ని విషయాలు అడుగుదామని వచ్చాం" అన్నారు.

"ఏమిటి?" అన్నా.

"నీతోపాటు తీసుకెళ్లిన కుర్రాడ్ని ఏం చేశారు. ఇద్దర్నీ ఓ దగ్గరే వుంచారా, ఏం జరిగింది లోపల"

"ఏం జరుగుతుంది, అతన్ని బాగా కొట్టారు. ముక్కులోంచి రక్తం కారింది. దెబ్బలు పడ్డచోట ఎర్రగా అచ్చులు పడిపోయాయి. స్పృహతప్పి పడిపోయాడు" అన్నా.

వాళ్లు బాధ పడుతున్నట్లు నిశ్శబ్దంగా ఉండిపోయారు. వీధి లైటు కాంతిలో వాళ్ల జుట్టు ఎగురుతూ కనిపిస్తోంది.

"అదిసరే, వాడ్ని ఎక్కడికైనా తీసుకువెళ్తామని అనటంగానీ, తీసుకెళ్లటంగానీ తెల్సా?"

"ఏమో, అయినా ఎక్కడికి తీసుకెళ్లిపోతారు. అక్కడే వుంచా రేమో" అన్నా. నాకెందుకో అనుమానంగా వుంది. ఎక్కడికైనా ఎందుకు తీసుకువెళతారు? అప్పుడు తెలీకపోయినా ఆ విషయాలన్నీ తర్వాత తెలిశాయి.

"వాడ్ని అక్కడ్నుంచి మాయం చేసేశారు. వాళ్ల అమ్మా, నాన్న, మరికొంతమంది వెళ్లి అడిగితే మాకు తెలీదు పొమ్మన్నారు". ఆ చెప్పటంలో ఇంతా కష్టపడి వస్తే విషయం తెలీలేదే అన్న బాధ వుంది.

"కానీ, నేను చూశానుగా, మొదట ఇద్దర్నీ ఒకే గదిలో వుంచి తర్వాత నన్ను ఎదుటి గదిలోకి మార్చారు. అలా తెలీదని బుకాయి స్తుంటే మీరెందుకూరుకోవాలి. కోర్టులో కేసు పెడ్దాం. నేనొచ్చి సాక్ష్యం చెప్తా. దెబ్బతో తాతలు దిగొస్తారు. అతన్ని ఎక్కడైనా దాచినా వెంటనే తీసుకొచ్చి అప్పజెప్తారు" అన్నా, గబగబా. ఆవేశంగా ఏదో చేయాలన్న కోరిక.

కానీ, నా మాటలకి ఈసారి నలుగురూ నవ్వుకున్నారు. వాళ్ల కళ్లల్లో నీళ్లు తిరుగుతున్నాయ్. ఏడుపుని ఆపుకోవడానికే నవ్వుతున్నట్టుందా నవ్వు. తలొంచుకుని కూర్చుండిపోయారు.

కాసేపటికి, కొంచెం నెమ్మదిగా "మాతో ఎన్ని కార్యక్రమాల్లో పాల్గొన్నాడో. ఎంతో చలాకీగా అన్నింట్లోనూ ముందుండేవాడు. ఇలా అతన్ని దూరం చేసుకోవాల్సి వస్తుందని, అదీ మరీ ఇంత తొందరగా అనీ అనుకోలేదు. సరే నువ్వు మాకు సహకరిస్తానన్నావు కాబట్టి నువ్వు మా నేస్తానివికనించీ. వీలైనంత వరకూ కోర్టుకెళ్లడానికే ప్రయత్నిస్తాం. నువ్వు బలంగా సాక్ష్యం చెప్తానన్నావుగా. మళ్లీ త్వరలో కలుద్దాం" అని నిలబడి "వెళ్తాం నేస్తం" అని చీకటిలో కలిసిపోయారు.

చాలా రోజులు గడిచాయి. ఓ రోజు ఇద్దరు వ్యక్తులు ఇంటికొచ్చి నన్నెవరో రమ్మంటున్నారని పిలిస్తే వెళ్లా.

"కోర్టులో కేసు పడింది, ఆ కుర్రోడి గురించి. జాగ్రత్తగా వుండు మరి. ఎవరైనా వచ్చి సాక్ష్యాలు చెప్పమంటే నాకేం తెలీదను. లేకపోతే, ఆడికి పట్టిన గతే నీకూ పడుతుంద"న్నాడు.

వాడి దగ్గర వాదించడం అనవసరం. "అలాగే" అని చెప్పి బయటికొచ్చేశా.

ఓ రోజు మళ్లీ వచ్చారు, ఇంతకుముందు వచ్చిన నలుగురూ. వాళ్లతోపాటు ఎవరో కొత్త వ్యక్తి, కొంచెం పెద్దాయన. వాళ్లు నన్ను అతనికి పరిచయం చేశారు.

అతను నాతో "సాక్ష్యం చెప్పటం అంటే అంత సులువు కాదు. వాళ్లు నిన్ను చెప్పనివ్వరు. నువ్వు కష్టాల్లో పడాల్సొస్తుంది. వీటన్నింటినీ ఎదుర్కోగలనన్న నమ్మకముంటే నువ్వు మాతో వచ్చేయ్. సాక్ష్యం చెప్పాక పరిస్థితిని బట్టి ఇంటికి వద్దువుగాని. ఏమంటావ్" అన్నాడు.

"నేనేం నేరం చెయ్యట్లేదుగా. అమ్మకి నాలుగురోజుల్నించి వంట్లో బాగోలేదు. డాక్టర్ల దగ్గరకీ, మందులకీ వెళ్లాలి. నాన్నకి ఇవన్నీ అంత బాగా తెలీవు. నేను ఇలా మీతో వస్తే చాలా కంగారుపడతారు" అన్నా.

అవును అంతకన్నా ఏం చెప్పను? అమ్మకి జ్వరం, వాంతులూను. మూడురోజుల్నించి లేవలేకపోతోంది. పోనీ, అమ్మ ఆరోగ్యం బావుంటే ఆయన అన్నట్టుగా వాళ్లతోనే వెళ్లేవాడ్నేమో.

ఆయన కొంచెం ఆలోచిస్తూ "సరే, నీ ఇష్టం. మేం వెళుతున్నాం. కోర్టుకి తప్పకుండా రావాలి. నీ మీద ఆశ పెట్టుకునే ఇంతవరకూ వచ్చాం" అన్నాడు.

వాళ్లు వెళ్లిపోయారు. నేను నిశ్చలంగా ఆ మేడ చివర్న వాళ్లు వెళ్లిన తోటలవైపు చూస్తూ నిలబడ్డా. ఉన్నట్టుండి తోటలో అలజడి. ఎవరో పరిగెత్తుతున్నారు. ఇంకెవరో వెంటాడుతున్నారు. నేను కంగారుగా అటే చూస్తున్నా. నాకేం చెయ్యాలో తెలీడం లేదు.

కొంచెంసేపయ్యింది. పడుకుని ఆలోచిస్తున్నా. ఇంతలో ఎవరో కింద ఇంటి తలుపుల్ని పగిలిపోయేలా కొడుతున్న చప్పుడు. చాలా హడావుడి, ఎంతోమంది పరిగెట్టుకు వస్తున్న శబ్దం. ఒక్క ఉదుటున లేచి కిందకెళ్లా.

అప్పటికే నాన్న తలుపులు తెరిచినట్టున్నాడు. వాళ్లు కర్రల తోనూ, తుపాకులతోనూ వున్నారు. అంతా లోపలికి వచ్చేరు. నానా బీభత్సం సృష్టిస్తున్నారు. ఇంట్లో సీసాలు, జాడీలు, కుండలు పగల కొట్టారు. బిందెల్లోని నీళ్లు ఇల్లంతా చిమ్మేశారు. పెట్టెలు, పుస్తకాలు అన్నీ చిందవందరగా నీళ్లలోకి తోసేశారు. నాన్న అడ్డం పడుతుంటే ఇద్దరు ఎక్కడ తగుల్తుందో చూడకుండా కొట్టేస్తున్నారు. నాన్న కేక లేస్తున్నాడు. వాళ్లలోనే ఒకడు పెరట్లోని గడ్డికుప్పకి నిప్పెట్టేశాడు. ఇంటిలో వున్న బియ్యం బస్తాలు తీసుకెళ్లి గడ్డిలోనూ, నూతిలోనూ పారబోశారు. అమ్మ పడుకున్న మంచాన్ని మంచం పళంగా- మనిషి వున్నదన్న జ్ఞానం కూడా లేకుండా వీధిలోకి లాగిపారేశారు. అమ్మ దబ్బున నేల మీద పడిపోయింది. పిచ్చి ఆవేశం, ఏడుపూ వచ్చాయి. పరిగెట్టి అమ్మ దగ్గరకెళ్లబోయా. అంతే వాళ్లు నన్ను గట్టిగా పట్టుకుని గోడకేసి కొట్టారు. వదలండని బతిమాలినా వినలేదు.

చివరికి నన్ను తీసుకుపోతుంటే అమ్మవైపు చూస్తూ 'ఒక్కసారి అమ్మని చూస్తా. వదలండి ఒక్కసారి..' అన్నా ఏడుస్తూ. వాడు హిందీలో ఏదో అంటూ అమ్మని ఎడం చేత్తో లేపి నుంచోబెట్టి లాగిపెట్టి కడుపులో తన్ని గోడకేసి తోసేశాడు".

వెక్కిళ్లు అడ్డం రావడంతో కొంచెం ఆగాడు. ఆ ఏడుపు ఆపు కోలేకపోతున్నాడు. చిన్న పిల్లాడిలా ఏడుస్తున్నాడు.

"నేను ఏమీ చెయ్యలేదు. నువ్వు నమ్ముతావనుకుంటా. వాళ్లు నన్ను కొట్టినా భరిస్తా. అమ్మ ముసిల్ది. ఒంట్లో బాగోక మూల పడుకుంటే కొట్టిన కిరాతకులు వాళ్లు" అంటూ అక్కడ మొక్కను చేత్తో బలంగా లాగి నేల మీద కసిగా గుద్దుతూ "వాళ్లని ఎవరూ ఆపలేదు. నేను కూడా ఆపలేకపోయా. అంతమంది ముందు ఒక్కడ్ని ఏం చెయ్య గల్ను" అంటూ వెక్కుతున్నాడు.

అతన్ని చూస్తే నాక్కూడా ఏడుపు ఆపుకో శక్యం కావడం లేదు. కళ్లలోంచి నీళ్లు ధారగా వచ్చేస్తున్నాయి. ఇద్దరం ఏడిస్తే ఓదార్చేదెవరు? ఇంక ఆగలేకపోయా,

మెల్లగా అతని మీద చెయ్యేసి తల ఒళ్లో పెట్టుకున్నా. అతను ఇంకా వెక్కుతూనే వున్నాడు. అవును మరి, అమ్మంటే మాటలా, అమ్మంటే అక్షరాలా అమ్మే, అమ్మచే ఈ భూమ్మీదకి సంధించబడ్డ అస్త్రాలం మనం. అమ్మంటే చిన్నప్పటి జోల పాట. మరిచిపోవటం అసాధ్యం. అందుకే ఏం అనకుండా కన్నీళ్లు తుడుచుకుంటూ కూర్చున్నా. అతను తేరుకుని కూర్చుంటూ

"సాక్ష్యం రోజు నన్ను కోర్టుకి వెళ్లకుండా చేశారు. ఓ నెలరోజులు పోయాక నాన్న పొలం అమ్మి తెచ్చిన డబ్బు తీసుకుని వదిలేశారు. కానీ, అమ్మ.. అమ్మ మాత్రం బతకలేదు. వాళ్ల దెబ్బలకి తట్టుకోలేక ఆసుపత్రిలో చచ్చిపోయింది".

అతని కళ్లలో మళ్లీ నీళ్లు.. మోకాళ్లపై తల పెట్టుకుని ఏడుస్తున్నాడు. నేను కూడా ఈసారి ఆపుకోలేకపోయా. ఈ సృష్టిలో దేన్నయినా తిరిగి పొందగలంగాని అమ్మని మాత్రం పొందలేం. అమ్మ మాటలూ, అమ్మ పాటలూ, అమ్మ చేసిన సేవలూ, అమ్మ నీడలో వుండే సౌఖ్యం, ఆదరణా ఎక్కడయినా దొరుకుతాయా? నెమ్మదిగా అతని భుజంపై చెయ్యేశా. అతను తలెత్తి చూశాడు, నాకేసి.

అతని చెంపలపై జారుతున్న కన్నీటిని తుడుస్తూ "వూరుకోండి, ఇప్పటి దాకా మీరు ఒంటరిగా ఈ బాధలన్నీ పడ్డారు. మీ అమ్మగారి మరణానికి కారణమైన వారినీ, కుర్రాళ్లని మాయం చేస్తున్న వారినీ మీరేం చెయ్యదల్చుకున్నా మీ వెనుక నేనూ వుంటా. ఇపుడు మీకు తోడుగా నేను లేనూ. భార్యగానే కాకుండా అమ్మగా కూడా మీలోటు తీర్చనూ, ఎందుకంత ఆవేదన, ఇటు చూడండీ నేను లేనూ.." అంటూ అతని చెంపల్ని రెండు చేతుల్తో పట్టుకుని అటుఇటూ వూపా.

అతను నా భుజం మీద తలవాల్చాడు. ఇద్దరం అలా నిశ్శబ్దంగా కూర్చున్నాం.

20 మార్చి 1996

సుప్రభాతం పక్ష పత్రిక

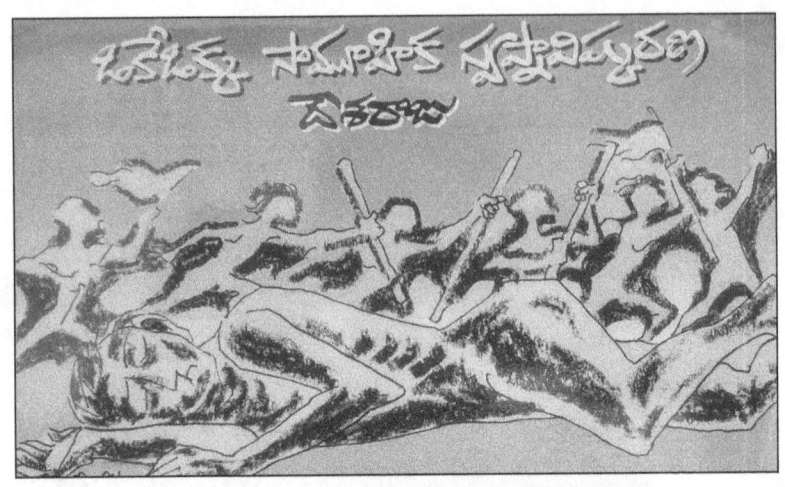

ఒకేఒక్క సామూహిక స్వప్నావిష్కరణ
దేశరాజు

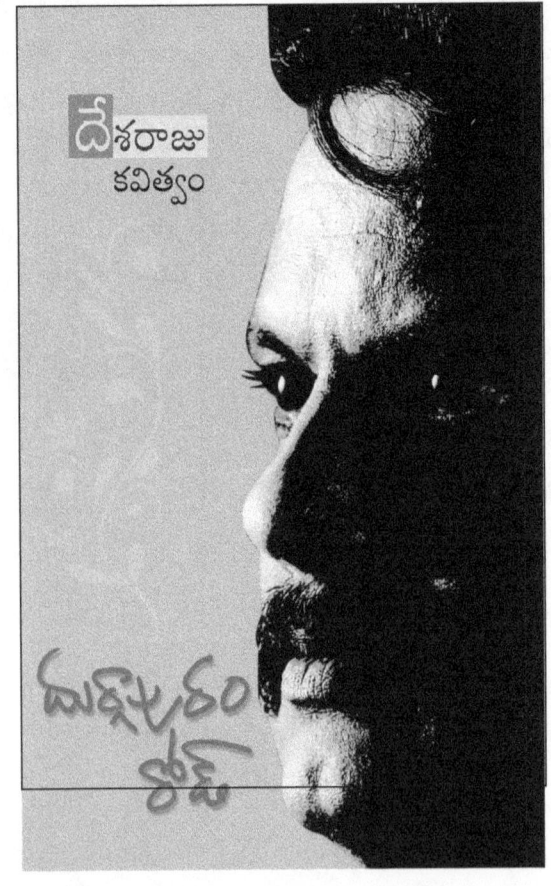

దేశరాజు
కవిత్వం
దుర్గాపురం
రోడ్